实用越南语会话教程

（上册）

莫子祺　［越］黄氏惠　编著

图书在版编目（CIP）数据

实用越南语会话教程. 上册 / 莫子祺，（越）黄氏惠编著. —北京：北京大学出版社，2018.3
ISBN 978-7-301-29396-6

Ⅰ. ①实… Ⅱ. ①莫… ②黄… Ⅲ. ①越南语—口语—教材 Ⅳ. ① H449.4

中国版本图书馆 CIP 数据核字（2018）第 036406 号

书　　名	实用越南语会话教程（上册）
	SHIYONG YUENANYU HUIHUA JIAOCHENG (SHANG CE)
著作责任者	莫子祺　［越］黄氏惠　编著
责任编辑	杜若明
标准书号	ISBN 978-7-301-29396-6
出版发行	北京大学出版社
地　　址	北京市海淀区成府路 205 号　100871
网　　址	http://www.pup.cn　新浪微博：@北京大学出版社
电子信箱	zpup@pku.edu.cn
电　　话	邮购部 62752015　发行部 62750672　编辑部 62767315
印 刷 者	北京鑫海金澳胶印有限公司
经 销 者	新华书店
	787 毫米 ×1092 毫米　16 开本　12.25 印张　246 千字
	2018 年 3 月第 1 版　2018 年 3 月第 1 次印刷
定　　价	32.00 元

未经许可，不得以任何方式复制或抄袭本书之部分或全部内容。
版权所有，侵权必究
举报电话：010-62752024　电子信箱：fd@pup.pku.edu.cn
图书如有印装质量问题，请与出版部联系，电话：010-62756370

前言

越南是中国通往东南亚的重要门户,是泛北部湾区域合作中重要的发展中国家。经过30年的革新开放,越南经济社会发展迅猛,为区域合作注入了新的活力。随着中国—东盟自由贸易区的建立,每年一届的中国—东盟博览会永久落户广西南宁,随着云南"桥头堡战略"的实施,中国与越南的政治、经济、文化交往日益频繁且不断向纵深发展,如今越南语人才在社会市场上炙手可热。

学习越南语的不仅有越南语专业的学生,不少其他专业的学生也以第二外语或大学外语课程的方式选修越南语。为了让广大学生在掌握越南语语音的基础上,能够更快更有效地掌握越南语听、说、读、写、译的基本技能,我们编写了《实用越南语会话教程》上下两册,每册16课。本教程的对象是非越南语专业的学生,帮助他们在掌握越南语语音的基础上全面提高越南语听、说、读、写、译基本技能,亦可作为高校越南语专业口语课程教材、越南语培训班教材,也可供从事中越贸易等各界人士自学。

本教程具有如下特点:

第一,教学内容针对性和实用性强。本教程以在校学生为出发点和归宿点,每一课的内容均按照学生在国内或国外学习期间可能遇到的种种场景而编排,针对性和实用性强,学生可以将所学内容在自己身上直接套用和实践,增强教学内容的真实感和趣味性;同时,每一课的教学内容都融入了许多实际知识,并按照本课主题扩充了相应词汇或实用知识点,为学生提供集中学习、随时查阅之便,是学生在出国留学前学习越南语、提高越南语基本技能的实用教材。

第二,编排科学合理,教学快速高效。本教程每一课的基本结构,一般先是1-3个情景对话,接着是实用性较强的短文,短文后面附有生词表,之后是本课语法点,以及扩充与本课主题相关的词汇和知识点,最后是练习部分,包括语法练习和口语练习,每一部分都紧密联系,环环相扣,前后呼应,便于教学;每一课的语法练习题、翻译练习题都画出考点,让学生有针对性地进行练习,从而提高对知识点的融会贯通能力、提高翻译能力和实际运用能力;而每一课的口语练习题皆为本课学习主题的扩展和延伸,即让学生参照本课所学内容并根据自己的实际情况进行拓展练习,或者参照短文内容并根据自身实际情况进行短文写作和口头表达训练,从而达到"学以致用,学为我用"的目的;此外,每个对话、每篇短文、每个扩充知识点都有口语互译文,有助于学习者在短时间内快速学习并基本掌握该课内容,然后利用扩充的词汇或知识点，参照本课会话进行对话练习，从而达到在有限的时间内快速提高越南语运用能力的目的。

第三，内容丰富全面，知识覆盖面广。本教程教学内容以学生学习、工作、社交及衣、食、住、行等方面为主，每一课扩充的词汇也包括了最基本的、最常用的词汇，语法部分也由浅到深囊括了越南语初学者所应掌握的基本语法，内容覆盖面较为广泛而全面，基本解决了学生日常交流及出国留学期间继续学习之所需。

第四，兼顾听说读写译基本技能训练。本教程以会话能力训练为主，兼顾听、说、读、写、译能力的训练，可以满足在短时间内全面提高越南语听、说、读、写、译技能的教学需求；附越南语录音，每一课的情景会话和课文部分都有纯正越南口音的录音，便于学生在课余时间自学和自行练习听力，从而达到锻炼纯正越南口音和提高越南语听力的目的。

本教程的编写和出版过程得到了广西民族大学领导、广西民族大学相思湖学院领导和北京大学出版社领导、编辑的大力支持，得到广大越南语同行和相关越南朋友的积极协助，教材编写也参考了中越相关教材、报刊、新闻报道等参考资料，在此一并表示衷心的感谢！

由于我们水平有限，教材内容出现错漏之处在所难免，恳请各位专家和广大读者批评指正。

编者

2017年6月

MỤC LỤC
目录

BÀI 1 CHÀO HỎI
第一课 问候 1

BÀI 2 HỎI THĂM GIA ĐÌNH
第二课 问候家庭 11

BÀI 3 GIA ĐÌNH TÔI
第三课 我的家庭 20

BÀI 4 QUÊ TÔI
第四课 我的家乡 29

BÀI 5 TRƯỜNG CHÚNG TÔI
第五课 我们的学校 41

BÀI 6 LỚP CHÚNG TÔI
第六课 我们班 53

BÀI 7 NGÀY, THÁNG, NĂM
第七课 年、月、日 61

BÀI 8 CON GÌ? CÁI GÌ? AI?
第八课 什么动物？什么东西？谁？ 71

BÀI 9 BẠN LÀ NGƯỜI NƯỚC NÀO?
第九课 你是哪国人？ 83

BÀI 10 HỎI GIỜ
第十课 问时间 92

BÀI 11 ĂN CƠM Ở NHÀ HÀNG
第十一课 在饭馆吃饭 104

BÀI 12 MUA BÁN
第十二课 买卖 ·· **118**

BÀI 13 HỎI ĐƯỜNG
第十三课 问路 ·· **132**

BÀI 14 RA NGOÀI—MUA ĐỒ
第十四课 出行—购物 ····································· **148**

BÀI 15 THỜI TIẾT—THIÊN TAI
第十五课 气候—天灾 ····································· **162**

BÀI 16 GIỚI THIỆU ĐẤT NƯỚC
第十六课 介绍祖国 ······································ **174**

主要参考书目 ·· **189**

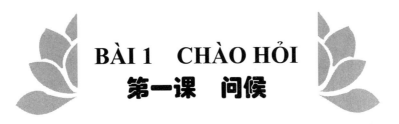

BÀI 1 CHÀO HỎI
第一课 问候

I. Hội thoại 会话

Tình huống 1 Làm quen bạn mới
情景1 认识新朋友

A：Chào bạn. 你好！

B：Chào bạn. 你好！

A：Bạn tên là gì? 你叫什么名字？

B：Mình tên là Thu Linh. Còn bạn? 我叫秋玲。你呢？

A：Tên mình là Hoàng Hải Minh. Bạn có thể gọi mình là Minh.
   我的名字叫黄海明，你可以叫我阿明。

B：Bạn cũng học chuyên ngành tiếng Việt Nam à? 你也学越南语专业吗？

A：Không, mình là sinh viên chuyên ngành Quản lý Du lịch, nhưng mình cũng học thêm tiếng Việt Nam. 不，我是旅游管理专业的学生，但我也辅修越南语。

B：Thế à? Thế bạn thấy học tiếng Việt có khó không?
   是嘛。那你觉得越南语难学吗？

A：Mình thấy phát âm rất khó, ngữ pháp không khó lắm. Về sau mình nhờ bạn sửa âm được không?
   我觉得发音很难，语法不太难。以后我想麻烦你帮我纠音，可以吗？

B：Được thôi. Về sau bạn có thắc mắc gì thì cứ hỏi mình, mình sẽ sẵn sàng giúp cho.
   可以啊。以后你有什么疑难的就尽管问我，我随时乐意帮忙。

A：Ừ, cảm ơn bạn nhiều. 那就太感谢你了！

B：Không có gì. 没什么。

Tình huống 2 Chào hỏi giữa thầy trò
情景2 师生之间的问候

A：Chào em, tên em là gì? 你好，你叫什么名字？

B：Dạ, thưa cô, em tên là Lê Phương ạ. 老师，我叫黎芳。

A：Năm nay em bao nhiêu tuổi rồi? 你今年多大了？

B：Dạ, thưa cô, năm nay em 21 tuổi rồi ạ. 我今年21岁了。

A：Em học tiếng gì vậy? 你学哪国语言？

B：Dạ, em học tiếng Việt và tiếng Anh ạ. 我学越语和英语。

A：Em thấy tiếng Việt có khó không? 你觉得越南语难吗？

B：Em thấy phát âm hơi khó, ngữ pháp không khó lắm ạ.
我觉得发音有点难，语法不太难。

A：Em thấy tiếng Việt khó hơn hay tiếng Anh khó hơn?
你觉得越语难还是英语更难？

B：Dạ, em thấy tiếng Anh khó hơn tiếng Việt nhiều. 我觉得英语比越语难多了。

Tình huống 3　Chào hỏi giữa bạn bè
情景3　朋友之间的问候

A：Chào Cường, cậu khỏe không? 阿强，你好！你身体好吗？

B：Chào Văn, cảm ơn, tớ vẫn khỏe. Còn cậu? 阿文你好！谢谢，我还好。你呢？

A：Mấy hôm nay tớ hơi mệt, chắc là bị cảm rồi.
这几天我有点不舒服，大概是感冒了吧。

B：Dạo này trời lúc nắng lúc mưa, rất dễ bị cảm đấy. Cậu phải chú ý giữ gìn sức khỏe mới được. 这段时间时晴时雨，很容易感冒。你要注意身体才行。

A：Ừ, cảm ơn cậu, tớ sẽ chú ý. 嗯，谢谢你，我会注意的。

II. Bài học　课文

TỰ GIỚI THIỆU

Em chào cô ạ!

Chào các bạn!

Em xin tự giới thiệu: Tên em là Lê Phương. Năm nay em 21 tuổi. Em là người Trung Quốc. Em là sinh viên chuyên ngành Kinh tế và Thương mại Quốc tế, nay đang học ở trường Đại học Dân tộc Quảng Tây. Trường chúng em ở phía tây ngoại thành Nam Ninh. Em cũng học thêm tiếng Việt Nam. Em thấy ngữ pháp tiếng Việt không khó lắm, nhưng phát âm hơi khó. Em rất thích học tiếng Việt Nam. Tháng 9 sang năm em sẽ sang Việt Nam du học. Em sẽ cố gắng học giỏi tiếng Việt Nam, để mai sau có thể tìm được việc làm tốt.

Em xin hết ạ. Xin cảm ơn.

自我介绍

老师好！各位同学好！

现在我来作一下自我介绍。我叫黎芳，今年21岁。我是中国人。我是国际经济与贸易专业学生，现在正在广西民族大学学习。我们的学校在南宁西郊。我也选修越南语。我觉得越南语语法不太难，但发音有点难。我很喜欢学习越南语。明年9月份我将要去越南留学。我要努力学好越南语，以便将来能够找到一个好工作。

我的介绍到此结束。谢谢。

TỪ MỚI 生词

1	chào hỏi 问候	19	chắc 大概，或许
2	gọi 叫，称呼，称作	20	bị cảm 感冒
3	chuyên ngành 专业	21	dạo này 最近，近来
4	thêm 添加，增添	22	trời 天，天气
5	về sau 以后，今后	23	lúc 时候，当……的时候
6	nhờ 拜托，依靠	24	nắng 热，晴朗
7	thắc mắc 疑问，疑难	25	mưa 雨，下雨
8	sẵn sàng 随时，随时准备着	26	chú ý 注意
9	giữa 在……之间	27	giữ gìn 保护，维护
10	thầy trò 师生，师徒	28	sức khỏe 健康状况，身体状况
11	tuổi 年龄，年纪；岁	29	giới thiệu 介绍
12	hơi 有点，稍微	30	tự giới thiệu 自我介绍
13	ngữ pháp 语法	31	phía 方向
14	phát âm 发音	32	tây 西方，西面
15	hơn 胜过，超过；比……更……	33	ngoại thành 市郊
16	bạn bè 朋友	34	thích 喜欢
17	khỏe 健康，健壮	35	sang 跨过，移步
18	mệt 累，不舒服	36	du học 留学

37	cố gắng 努力	39	để 以便，为了
38	giỏi 好，优秀	40	mai sau 以后，今后，将来

III. Ghi chú ngữ pháp　语法注释

1. 越南语基本句型（一）：（简单句）主语+ là +名词

+肯定形式：主语+ là +名词，如：Tôi là sinh viên. 我是大学生。

+否定形式：主语+ không phải là+名词，如：Tôi không phải là sinh viên. 我不是大学生。

+一般疑问形式：主语+ có phải +là+名词+không? 如：Bạn có phải là sinh viên không? 你是大学生吗？

-肯定回答：Vâng (Phải), mình là sinh viên. 是的，我是大学生。

-否定回答：Không, mình không phải là sinh viên. 不，我不是大学生。

2. 越南语常用人称代词

人称	数	举例
一	单	我tôi（用于较正式、庄重的场合），ta我（指比较高傲的自称），tớ, mình
	复	我们chúng tôi, 咱们chúng ta, 咱们ta, chúng em, bọn anh, bọn chị, bọn anh chị, bọn em
二	单	你cậu, mày, bạn, anh, chị, đồng chí（表尊称）
	复	你们các cậu, các bạn, các anh, các chị, các anh chị, các đồng chí
三	单	他、她 cậu ấy, bạn ấy, anh ấy, chị ấy, đồng chí ấy, nó
	复	他们、她们 các cậu ấy, các bạn ấy, các anh ấy, các chị ấy, các anh chị ấy, các đồng chí ấy, họ, chúng nó

解释

(1) 第一人称单数tôi是中性人称代词，但一般只用于比较正式的场合，如会议等场所、应用文体等；自己地位相对比较高的场合，如老师可以对全班同学自称tôi；读者、听者对象范围较广或不具体的场合。

+Ta一般表示复数"咱们"，但有时也可以用于自称"我"，有高傲的意味，如 Ta là vua trong rừng, ta sợ gì?（我是森林之王，我怕啥？）；Ta也可以放在其他人称代词之后，指第三人称的另外某人，如anh ta, ông ta都指"他"，cô ta, bà ta都指"她"。

(2) cậu与tớ是用于关系比较好的、相互之间比较熟悉的同学或朋友之间的称呼；如果是关系特别好的还可以用mày和tao；关系一般的用bạn和mình；辈分相当但年龄比自己大或其他资历比自己高的，可尊称其为anh或chị，自称em；年龄或辈分比自己低的，可称其为em，自称 anh/ chị.

+mày和tao还有另外的用法：①在语言冲突时用，称对方为mày以贬低别人，自称为tao表示高傲。②在长辈和晚辈之间使用，长辈可以称晚辈为mày（你）和chúng mày（你们），表示亲昵；自称为tao，表示相对较高的地位。

(3) 在单数第一人称前加chúng或bọn可以变成第一人称复数，如：chúng tôi我们、chúng ta咱们，chúng em、bọn em（用于晚辈复数对长辈的自称），chúng mình、bọn mình（用于平辈之间）。bọn anh、bọn chị、bọn anh chị都用于哥姐对弟妹的复数自称，bọn anh为男性，bọn chị为女性，bọn anh chị包括男女。

(4) 在单数第二人称前加các一般可以变成第二人称复数，如：các cậu, các bạn, các anh, các chị, các đồng chí；在单数第二人称后面加ấy可以变成第三人称单数，如cậu ấy, bạn ấy, anh ấy, đồng chí ấy；在第三人称单数前面再加上các可变成第三人称复数，如các cậu ấy, các bạn ấy, các anh ấy, các chị ấy, các anh chị ấy, các đồng chí ấy。

(5) nó可以表示卑称"他/她"，如Nó ham chơi quá, tất nhiên khó mà thi đỗ được đại học.(他太贪玩了，当然难以考上大学了)；也可以用于长辈对晚辈的昵称，如Thằng Hùng nó lại chạy đi đâu rồi?（小雄他又跑哪儿去了？）

(6) 补充说明：越语人称代词当中，有的原本是真正人称代词，如tôi, tao, mày, cậu, tớ；而有的人称代词是从家族称谓转化而来的，如家族称谓中的anh哥哥、chị 姐姐、em弟或妹，都可以借用来指第二人称单数"你"；有的则从社会称谓中转化而来，如đồng chí（同志），可借指"你"。

3. 越南语中应诺语的用法

应诺语是交际双方在回答、答应对方前使用的一个附声词，表示应答、礼貌或提起注意。越南语中常用的应诺语有dạ, thưa, vâng, phải, ừ等。

(1) dạ一般用于晚辈对长辈的应答，表示礼貌。如：

- （Giáo viên hỏi học trò）Em tên là gì?（老师问学生）你叫什么名字？

-Dạ, em tên là Lê Hùng ạ. 我叫黎雄。

+有时候也用于长辈对晚辈，但这时更多是地位低者对地位高者的应诺，或者是为了拉关系、套近乎，如：

① -Bác ơi, gạo này bao nhiêu tiền một cân ạ? 大伯，这大米多少钱一公斤呀？

-Dạ, 18 nghìn một cân. Cháu lấy mấy cân?

哦，1万8千（越盾）一公斤。你要几公斤？

②-Cụ Thắng ơi, cụ có nhà không? Hôm nay là ngày thương binh liệt sĩ, chúng tôi lại đến thăm cụ đấy ạ.

阿胜大爷，您在家呀？今天是伤兵烈士日，我们又来看您了。

-Dạ, dạ, có ạ. Dạ, mời vào, mời ngồi. Dạ, hết sức cảm ơn sự quan tâm của quý vị lãnh đạo ạ.

噢，在，在的。快，快请进，请坐。哦，非常感谢领导们的关怀。

(2) Thưa 则常用于晚辈应答长辈时，置于长辈名称前，表示礼貌。如：

-Bây giờ mời bạn Minh trả lời nhé. 现在请阿明来回答。

-Dạ, thưa cô, em xin trả lời… 好的，老师，我来回答……

+有时候打家庭电话或办公电话，不知道接听电话的人是谁，听不出对方年龄、辈分比自己大还是比自己小，不知道如何称呼对方，也不知道该如何自称，这时甚至可以单独用一个 thưa，既表示礼貌，又表示应诺或引起对方注意，如：

-Alô, *thưa*, xin cho hỏi Hùng có nhà không ạ? 喂，你好！请问阿雄在家吗？

-Alô, *thưa*, xin cho gặp thầy Khang nhé. 喂，你好！我想找一下康老师。

+Thưa 也可以用于演讲、发言的开场白，置于听众对象名称前，表示礼貌或者引起注意，这时 thưa 还常常跟 kính 连用。如：

-*Kính thưa* quý vị lãnh đạo, kính thưa quý vị đại biểu...

尊敬的各位领导，尊敬的各位代表……

-*Thưa* các bạn, vừa rồi chúng ta đã tổng kết được 5 giải pháp, các bạn xem còn có ý kiến gì cần bổ sung nữa không?

各位，刚才我们已经总结了5个解决方案，大家看还有什么意见要补充的吗？

-*Kính thưa* các thầy cô giáo, thưa các bạn thân mến...

尊敬的各位老师，各位同学，大家好！

(3) vâng、phải、ừ 都在回答对方前使用，表示应答，但 vâng 用于晚辈对长辈的应答，vâng 还常常跟语气词 ạ 连用，表示礼貌和尊重对方；ừ 和 phải 都用于平辈之间或长辈对晚辈的应答。如：

①-（Mẹ hỏi con）Con ơi, tối nay con có phải đi học lớp đào tạo không?

（母亲问孩子）孩子，今晚你要去上培训班吗？

-*Vâng ạ*. Tối nay con vẫn phải đi học ạ. 是的，今晚我还要去上培训班。

②-Xin hỏi, đây có phải là giảng đường số 1 không? 请问，这里是第一教学楼吗？

-*Ừ/Phải*, đây là giảng đường số 1 đấy. 是的，这里是第一教学楼呀。

IV. Kiến thức mở rộng 扩充知识

1. Các bộ môn và chuyên ngành thường gặp ở Trung Quốc 中国常见的院系及专业名称

Quan hệ quốc tế và các vấn đề quốc tế	国际关系与国际事务
kinh tế và thương mại quốc tế	国际经济与贸易
Tài chính	金融学
kế toán học	会计学
tiếp thị	市场营销
đóng thuế học	税收学
Quản lý vận chuyển	物流管理
quản lý du lịch	旅游管理
quản lý ngành nghề văn hóa	文化产业管理
quản lý khách sạn	酒店管理
giáo dục quốc tế Hán ngữ	汉语国际教育
Thư ký đối ngoại	涉外文秘
Học viện máy tính và thông tin điện tử	计算机与电子信息学院
Công trình thông tin	通信工程
Thông tin điện tử	电子信息
Kỹ thuật ứng dụng tin học	计算机应用技术
An toàn thông tin	信息安全
Phần mềm và lý luận máy tính	计算机软件与理论
Công trình phần mềm	软件工程
Công trình mạng Internet	网络工程
Thương mại điện tử	电子商务
Học viện báo chí tuyên truyền	新闻传播学院
Quảng cáo học	广告学
Nghệ thuật MC dẫn chương trình	播音主持艺术
Tin tức phát thanh truyền hình	广播电视新闻

2. Các chuyên ngành đào tạo của mấy trường đại học ở Việt Nam 越南几所大学开设的部分专业

Chuyên ngành đào tạo của Đại học thương mại Hà Nội 河内商业大学开设的本科专业	
Kinh tế	经济
Kế toán	会计
Quản trị nhân lực	人力资源管理
Thương mại điện tử	电子商务
Quản trị dịch vụ du lịch và lữ hành	旅游与旅行服务管理（相当于中国的"旅游管理"）
Quản trị kinh doanh	经营管理
Marketing	市场营销
Luật kinh tế	经济法（相当于中国的"经贸商法"）
Tài chính ngân hàng	金融银行（相当于中国的"金融学"）
Kinh doanh Quốc tế	国际经营（相当于中国的"国际经济与贸易"）

Chuyên ngành đào tạo của Đại học Hà Nội 河内大学开设的本科专业	
Công nghệ thông tin	信息工程
Quản trị kinh doanh	经营管理
Tiếng Việt và văn hóa Việt Nam	越南语与越南文化
Ngôn ngữ và văn hóa Anh	英国语言与文化
Ngôn ngữ và văn hóa Pháp	法国语言与文化
Ngôn ngữ và văn hóa Trung Quốc	中国语言与文化
Ngôn ngữ và văn hóa Nga	俄罗斯语言与文化
Ngôn ngữ và văn hóa Nhật	日本语言与文化

Chuyên ngành đào tạo của Đại học ngoại thương 外贸大学开设的本科专业	
Kinh tế đối ngoại	对外经济
Thương mại Quốc tế	国际商贸
Quản trị kinh doanh quốc tế	国际经营管理
Tài chính quốc tế	国际财政（国际金融）
Phân tích và đầu tư tài chính	财政分析与投资

| Luật thương mại quốc tế | 国际商贸法律（国际商法） |
| Quản trị du lịch và khách sạn | 旅游与酒店管理 |

Chuyên ngành đào tạo chính quy của Đại học Khoa học Xã hội và Nhân văn 社会与人文科学大学开设的本科专业

Báo chí	媒体学（相当于中国的"传媒学"）
Chính trị học	政治学
Công tác xã hội	社会工作学（相当于中国的"社会学"）
Đông phương học	东方学
Hán Nôm	汉喃学
Khoa học quản lý	管理学
Lịch sử	历史
Ngôn ngữ học	语言学
Nhân học	人类学
Quan hệ công chúng	公众关系学（相当于中国的"公共关系学"）
Quản trị khách sạn	酒店管理
Quản trị văn phòng	办公室管理
Quốc tế học	国际学
Tâm lý học	心理学
Văn học	文学
Việt Nam học	越南学
Xã hội học	社会学

V. Bài tập 练习

1. 请参照会话内容并根据自己的实际情况，就"姓名、身体状况、所在学校和所学专业、所学语言"等主题进行对话练习，注意正确运用越南语中的人称代词和应诺语。
2. 请参照本课所学越南语基本句型（一）进行对话练习。
3. 请完成以下对话，同时进行口头对话练习。

(1) -Chào bạn.

-_____.

-_____?

-Mình học chuyên ngành_____.

-_____?

-Có, mình cũng có học tiếng Việt.

-_____?

-Mình thấy _____.

(2) -Chào cậu._____,_____?

-Tớ khỏe thôi. _____?

-_____.

-Sao thế?

-_____.

-Ừ, thế cậu phải mặc thêm áo, phải chú ý giữ gìn sức khỏe mới được.

-_____.

4. 请翻译以下句子。

(1) 这两天我不太舒服，感觉头疼（nhức đầu）、鼻塞(nghẹt mũi)，大概得重感冒了。

_____

_____

(2) 我觉得越南语不太难，英语比较难，所以我更喜欢学习越南语。

_____

_____

(3) 你有什么困难就尽管跟我说，我随时乐意帮忙。

_____

_____

(4) 我学越南语快一年了，明年9月份我将要赴越南留学。

_____

_____

5. 请参照课文内容并根据自己的实际情况，以"tự giới thiệu"为题写一篇短文，自行熟练并上台向大家作自我介绍。

BÀI 2   HỎI THĂM GIA ĐÌNH
第二课   问候家庭

I. Hội thoại   会话

Tình huống 1   Dẫn bạn Trung Quốc về nhà
情景1   带中国朋友回家

A: Bố ơi, mẹ ơi, con về rồi. Đây là bạn Trung Quốc của con ạ, tên là Lê Phương.
   爸爸，妈妈，我回来啦。这是我的中国朋友，叫黎芳。

B: Cháu xin chào hai bác ạ!   伯父伯母好!

C: Ừ, chào cháu. Mời cháu ngồi. Mời cháu uống trà.   你好。请坐。请喝茶。

B: Cảm ơn bác, cháu xin ạ.   谢谢伯父（伯母）。

C: Cháu ăn bánh kẹo hoa quả đi, cứ tự nhiên nhé.   请吃糖果和水果，不要客气哦。

B: Dạ, cháu mời hai bác ạ.   好的，也请您二位一起用。

C: Nhà cháu ở Trung Quốc, ở tỉnh nào vậy?   你家在中国，在哪个省呢?

B: Dạ, nhà cháu ở thành phố Côn Minh tỉnh Vân Nam ạ.   我家在云南省的昆明市。

C: Cháu ở Côn Minh có phải học chuyên ngành tiếng Việt Nam không?
   你在昆明是学越南语专业吗?

B: Dạ, không ạ. Chuyên ngành của cháu là Kinh tế và Thương mại Quốc tế, nhưng cháu cũng học thêm tiếng Việt Nam ạ.
   哦，不是。我的专业是国际经济与贸易，但我也选修越南语。

C: Thế à? Thế cháu học tiếng Việt Nam bao lâu rồi?   是吗？那你学越语多久了?

B: Dạ, cháu học tiếng Việt Nam được một năm rưỡi rồi ạ. Cháu học 3 học kỳ, mỗi tuần 5 tiết ạ.   哦，我学越语已经一年半了。我学了3个学期，一周5节课。

C: Thế cháu sang Việt Nam lâu chưa?   那你来越南久了吗?

B: Dạ, cháu sang đây đã được hai tháng rồi ạ.   我来越南已经有两个月了。

C: Ôi, sang Việt Nam mới được hai tháng mà nói tiếng Việt sõi thế, nghĩa là cháu học tiếng Việt giỏi đấy.
   噢，来越南刚两个月越语就说得这么流利，看来你学越语学得挺好哦。

B: Cảm ơn bác, bác quá khen rồi. Cháu thấy cháu nói tàm tạm thôi ạ, mà cháu còn có nhiều điều nhiều cái không biết đấy.

谢谢伯父（伯母），您过奖了。我觉得我讲得挺一般，而且我还有许多不懂的地方呢。

C: Ừ, có cái gì không biết thì cứ hỏi con Thu nó giúp cho. Hoặc có khó khăn gì thì cứ đến nhà bác và hỏi hai bác, đừng ngại nhé.

嗯，有什么不懂就尽管问阿秋让她帮忙，或者有什么困难就尽管来我家跟我们说，别不好意思哦。

B: Dạ, vâng ạ. Hai bác nhiệt tình quá. Cảm ơn hai bác ạ.

哦，好的，伯父伯母真是太热情了，感谢伯父伯母！

Tình huống 2　Gặp lại bạn cũ
情景2　老朋友见面

A: Em chào chị Phương ạ! Lâu lắm không gặp, chị vẫn khỏe chứ ạ?

阿芳姐，你好啊。好久不见，你身体还好吧？

B: Chào em! Chị vẫn khỏe. Còn em?　你好。我还好。你呢？

A: Dạ, em vẫn như cũ, vẫn khỏe thôi. Chị về nước ăn Tết, vừa mới sang lại Việt Nam đấy à?　哦，我还是老样子，还好。你回国过年，这是刚回越南呀？

B: Ừ đấy, hôm qua chị mới sang.　对啊，我昨天刚回越南。
Đúng rồi, lần trước chị đến nhà em chơi, cả nhà em đối xử với chị tốt quá, nhiệt tình quá.　对了，上次到你家玩儿，你全家人都对我太好了，太热情了。

A: Thế à? Chắc là vì lần đầu tiên có khách Trung Quốc đến chơi, cả nhà vui quá.

是吗？或许是因为第一次有中国朋友来我们家做客吧，全家人都很高兴。

B: Hai cô chú thế nào? Vẫn khỏe chứ?　叔叔阿姨怎么样？身体还好吧？

A: Vâng ạ, cảm ơn chị, bố mẹ em vẫn khỏe ạ, chẳng qua vẫn hơi bận thôi.

嗯，谢谢你，我父母身体都还好，只不过他们还是忙。

B: Còn ông bà nội em thì sao? Vẫn khỏe chứ?　那你爷爷奶奶怎么样？身体还好吧？

A: Dạ, ông bà em vẫn khỏe ạ. Hai cụ dạo này tham gia lớp tập dưỡng sinh, hai cụ tích cực lắm, sáng nào cũng ra công viên tập dưỡng sinh thôi.

哦，我爷爷奶奶身体还好。最近两位老人刚参加老年人养生保健班，他们都很积极，每天早上都到公园练习保健操。

B: Thế à. Thế thì hay quá. Cho chị gửi lời hỏi thăm hai cụ nhé.

是吗？那就太好了。请代我向他们问好。

A: Dạ, cảm ơn chị. Khi nào rỗi chị lại đến nhà em chơi nhé, hai cụ nhớ chị lắm, thỉnh thoảng lại nhắc đến chị đấy.

第二课 问候家庭

嗯，谢谢芳姐。什么时候你有空再来我家玩儿嘛，两位老人可想你了，时不时还提到你呢。

B: OK, no vấn đề. Cảm ơn cả nhà em nhé.　好啊，没问题。感谢你们全家人哦。

II. Bài học　课文

GIA ĐÌNH TÔI (VIỆT NAM)

Gia đình tôi có sáu người: ông, bà, bố, mẹ, anh tôi và tôi.

Ông bà tôi đều rất già rồi. Năm nay ông tôi 75 tuổi. Trước đây, ông tôi là công nhân ở Nhà máy Xe lửa Gia Lâm (Hà Nội). Bà Tôi 70 tuổi. Trước đây, bà là y tá ở Bệnh viện Bạch Mai. Ông bà tôi đều đã về hưu cách đây 20 năm rồi.

Bố tôi là giám đốc Nhà máy ô-tô Hòa Bình. Năm nay bố tôi 48 tuổi. Bố tôi nói thạo tiếng Pháp và tiếng Trung Quốc. Bố tôi đã đi nước ngoài nhiều lần.

Mẹ tôi là Vụ trưởng vụ Quan hệ Quốc tế Bộ Thương mại. Trước đây, mẹ tôi học ở Trường Đại học Kinh tế Quốc dân Hà Nội. Mẹ tôi, anh tôi và tôi có thể nói chuyện với nhau bằng tiếng Anh.

Anh tôi tốt nghiệp Trường Đại học Ngoại giao cách đây 3 năm. Hiện nay anh tôi làm việc ở vụ Đông Nam Á, bộ Ngoại giao Việt Nam.

Tôi là sinh viên năm thứ tư của Đại học Quốc gia Hà Nội. Tôi học ở khoa Luật. Tôi muốn trở thành một luật sư.

Tôi có một bạn rất thân. Chị ấy tên là Diễm Hương. Diễm Hương là bạn cùng lớp của tôi. Chị ấy là người yêu của anh tôi. Chị ấy không những xinh và dịu dàng, mà còn rất chăm chỉ và thông minh nữa. Tôi mong chị ấy sớm trở thành một thành viên của gia đình tôi.

Gia đình tôi là một gia đình đầm ấm. Tôi yêu gia đình tôi.

我的家庭（越南）

我家有六口人：爷爷、奶奶、爸爸、妈妈、哥哥和我。

我的爷爷和奶奶都很老了。我爷爷今年75岁。他以前是河内嘉林火车机械厂的工人。我奶奶70岁。她以前是白梅医院的护士。我爷爷和奶奶在20年前就都退休了。

我父亲是和平汽车厂的经理。我父亲今年48岁。我父亲可以熟练说法语和汉语。我父亲曾经多次出国。

我母亲是商业部国际关系司司长。以前，我母亲在河内国民经济大学学习。我母亲、我哥哥和我可以用英语对话。

我哥哥三年前毕业于外交大学。现在，我哥哥在越南外交部东南亚司工作。

我是河内国家大学大四学生。我在法律系学习。我希望成为一名律师。

我有一个很好的朋友，名叫艳香。艳香是我的同班同学。她是我哥哥的女朋友。她不仅漂亮温柔，而且还很聪明很勤奋。我希望她早日成为我家的一员。

我的家庭是一个温暖的家庭。我爱我的家庭。

TỪ MỚI 生词

1	hỏi thăm 问候，探访	20	ăn Tết 过年
2	gia đình 家，家庭	21	vừa mới 刚刚，刚才
3	dẫn 带领，引导	22	lần 次，趟
4	tỉnh 省，省份	23	đối xử 对待，接待
5	bao lâu 多久	24	đầu tiên 首先，第一
6	rưỡi 半，一半	25	khách 客人，顾客
7	học kỳ 学期	26	chẳng qua 只不过
8	sõi 流利，地道	27	bận 忙，繁忙
9	nghĩa 意思；意义	28	tham gia 参加
10	quá khen 过奖	29	dưỡng sinh 养生
11	tàm tạm 一般	30	tích cực 积极
12	điều 条，款，点	31	công viên 公园
13	cái 单位词，本课中引申指"东西"	32	gửi lời 寄言，寄语
14	cứ 尽管	33	rỗi 空闲，有空
15	khó khăn（名）困难	34	nhớ 想念，想，记
16	đừng 别，不要	35	thỉnh thoảng 偶尔
17	ngại 不好意思，难为情	36	nhắc 提醒，提及
18	nhiệt tình 热情	37	già 老的，年纪老的
19	cũ 旧的，老样子	38	nhà máy 工厂

39	công nhân 工人	51	ngoại giao 外交
40	giám đốc 经理，厂长	52	luật 法律
41	bệnh viện 医院	53	luật sư 律师
42	trung học 中学	54	trở thành 变成，成为
43	về hưu 退休	55	thân 亲密
44	thạo 熟练	56	người yêu 恋人，（男/女）朋友
45	vụ trưởng 司长	57	dịu dàng 温柔
46	quan hệ 关系	58	chăm chỉ 勤奋，勤学
47	quốc tế 国际	59	thông minh 聪明
48	thương mại 商贸，商业	60	thành viên 成员
49	trước đây 以前	61	đầm ấm 温暖
50	quốc dân 国民		

III. Ghi chú ngữ pháp   语法注释

1. 越南语基本句型（二）：一般肯定句、否定句、疑问句

   1) 一般肯定句：主语+动词+（补语） 如：-Tôi học tiếng Việt Nam. 我学越南语。
   　　　　　　　　　　　　　　　　　　　　　-Thầy giáo giảng bài. 老师讲课。

   2) 强调肯定句：主语+có+ 动词+（补语） 如：
   Thầy giáo có giảng bài. 老师（要）讲课。

   3) 一般否定句：主语+ không +动词+（补语） 如：
   Thầy giáo không giảng bài. 老师不讲课。

   4) 一般疑问句：主语+có+动词+（补语）+không? 如：
   Thầy giáo có giảng bài không? 老师（要）讲课吗？
   –肯定回答：Có, thầy giáo (có) giảng bài. 是的，老师（要）讲课。
   –否定回答：Không, thầy giáo không giảng bài. 不，老师不讲课。

2. Cách xưng hô trong giao tiếp xã hội 社会交际中的称呼方法。

   对于一个在校大学生来说，平时交际的称呼应注意：

   (1) 对很老的老人，如七八十岁以上的称cụ（老爷爷、老奶奶），自称cháu。

   (2) 对比较老了的老人，如七十岁以上的称cụ 或 ông/bà（爷爷、奶奶），自称cháu。

(3) 对五六十岁的称bác，自称cháu。bác trai指伯父，bác gái指伯母，不过无论是伯父还是伯母，当面称呼的时候一般称为bác，而不称bác trai或bác gái，因为bác trai和bác gái一般只用于区别性别，或者用于区分家庭称谓中的伯父和伯母；需要同时称伯父伯母的时候，就称hai bác。

(4) 对四五十岁的称chú（叔叔）、cô, dì（阿姨），自称cháu。

(5) 比自己大，年龄为三十多岁的，都可以称之为anh/chị，自称em。

(6) 跟自己年龄相仿的：如果是朋友或同学，互相熟悉，可以称对方为cậu，自称tớ；如果是关系非常好的，可以称对方为mày，自称tao；对方身份、年龄不太确定时，首次见面可以尊称其为anh/chị，自称 em；或用一般的语气称其bạn，自称mình；对方年龄比自己小的或所读年级比自己低的，可以称其为em，自称 anh/ chị。

(7) 对0-6岁左右的婴幼儿、儿童都可以称之cháu或 bé, 自称chú（叔叔）、cô（阿姨）；而对于6岁以上的小学生、中学生，可以称之为em，自称 anh/ chị。

3. 在与他人交际时，需要注意的几点：

(1) 与长辈说话时，常常先用dạ应诺，而且句尾常以ạ结束，表示礼貌。

(2) 与长辈说话或回答长辈的问题时，要尽量用完整的全句，表示礼貌。

(3) 吃饭时，一定要先请长辈吃，表示礼貌。比如：Cháu mời ông/ bà/ bác ăn cơm ạ. Mời bố mẹ ăn ạ. Em mời anh/ chị ăn ạ；如果是同辈之间可以说：Mời cả nhà nhé./ Mời mọi người ăn nhé.（请大家吃。）Mời nhé.（请；请吃。）

(4) 送或递东西给长辈时，要用双手呈上；如果是长辈给东西，也要用双手接，并且说：Cháu xin ạ / Em xin ạ. 表示礼貌。

4. Xin, mời, xin mời 的用法。

(1) Xin 常常有"请求"之意，如：

-Em *xin* tự giới thiệu.

请允许我作自我介绍。（有请求别人允许自己作自我介绍之意）

-Em nghe không rõ, *xin* cô nói lại một lần nữa.

我听不清楚，请老师再说一遍。（有请求老师再说之意）

(2) Mời常常是邀请别人，一般是有益于对方的事情，如：

-*Mời* cháu ngồi. Mời cháu uống trà. 请坐。请喝茶。

-Anh muốn *mời* em đi xem phim. 我想请你去看电影。

(3) Xin与mời 也可以连用成为xin mời，是一种很客气的"请"，表示非常尊重、尊敬对方，如：

-Xin mời ngồi, *xin mời* các ông xơi nước. 请坐，各位请用茶。

-Bây giờ *xin mời* đồng chí giám đốc nói chuyện. 现在请经理同志讲话。
-Bây giờ *xin mời* ca sĩ Mỹ Tâm trình bày cho chúng ta bài hát "Tình lỡ cách xa". *Xin mời*!
现在请歌星美心给我们演唱《逝去的情殇》这首歌。有请！

IV. Kiến thức mở rộng 扩充知识

Cách xưng hô trong gia đình. 家庭中的称谓。

cụ 对老人的称呼	cụ già 老人	
ông 爷爷	bà 奶奶	
ông nội 爷爷，祖父	bà nội 奶奶，祖母	
ông ngoại 外公	bà ngoại 外婆	
bác 伯父、伯母	bác trai 伯父/伯伯	bác gái 伯母/伯娘
bố 父亲、爸爸	mẹ 母亲、妈妈	
chú 叔叔	cô 阿姨	
thím 婶婶	dì 阿姨、姨妈	bác 姨妈
cô 姑姑	chú dượng 姑父	
chú / dượng 继父	dì / mẹ kế 继母	
cậu 舅舅	mợ 舅妈	
vợ 妻子，老婆	chồng 丈夫，老公	
con 孩子	con cái 子女（总称）	
con trai 男孩，男生	con gái 女孩，女生	
anh 哥哥	chị 姐姐	em 弟，妹
anh trai 哥哥	anh cả 大哥	anh hai 二哥（在南部指大哥）
chị gái 姐姐	chị cả 大姐	chị hai 二姐
em trai 弟弟	em gái 妹妹	anh chị em 兄弟姐妹
anh em 兄弟	chị em 姐妹	
anh họ 堂哥，表哥	chị họ 堂姐，表姐	em họ 堂弟，堂妹，表弟，表妹
em trai họ 堂弟，表弟	em gái họ 堂妹，表妹	
con dâu 媳妇	con rể 女婿	

cô dâu 新娘	chú rể 新郎
phù dâu 伴娘	phù rể 伴郎
chị dâu 嫂子	em dâu 弟媳
anh rể 姐夫	em rể 妹夫
cháu 孩子，孙子	cháu nội 侄子　　cháu ngoại 外甥
cháu trai 孙子	cháu gái 孙女

V. Bài tập 练习

1. 请参照会话内容进行对话练习，注意正确运用越南语中的家庭称谓和社会称谓。
2. 请参照本课所学越南语基本句型（二）进行对话练习。
3. 请完成以下对话，同时进行口头对话练习。

   (1) -Cháu chào hai cô chú ạ.
   　　-Ừ, chào cháu. _____.
   　　-Dạ, cảm ơn cô, cháu xin ạ. _____?
   　　-Ừ, hai cô chú vẫn khỏe. _____?
   　　-Dạ, cháu vẫn như cũ, vẫn khỏe ạ.
   　　-_____?
   　　-Dạ, dạo này cháu hơi bận đấy, bài tập nhiều lắm, ngày nào cũng phải làm bài tập.
   　　-_____.
   　　-Dạ, cảm ơn cô. Cháu sẽ chú ý ạ.

   (2) -Chào em. _____, _____?
   　　-Dạ, cảm ơn chị. Dạo này em vẫn khỏe ạ. _____, ?
   　　-Ừ, chị cũng khỏe. _____?_____?
   　　-Dạ, cảm ơn chị. Bố mẹ em vẫn khỏe ạ.
   　　-_____?
   　　-Dạ, vâng ạ. Dạo này bố mẹ em vẫn bận lắm ạ, bận đi làm và bận việc nhà.
   　　-_____?_____?
   　　-Dạ, đúng vậy, em trai em vẫn bận lắm ạ, suốt ngày nó lu bù（忙碌状）việc học
   　　 hành.
   　　-_____.
   　　-Dạ, vâng ạ. Cảm ơn sự quan tâm của chị. Em sẽ chuyển lời giúp ạ.

4. 请将下列句子翻译成越南语。

(1) 你全家人身体都还好吧？请代我向你全家人问好。

(2) 我父母两个月前刚退休，最近不太忙。

(3) 现在我可以熟练说英语和越语了。

(4) –今晚你有空吗？我想请你去看电影可以吗？
 –抱歉，今晚我没空，今晚我另有约会了。

(5) –明天你要上课吗？
 –不，明天我不用上课。明天我得休息。

5. 将学生分成两组，就课文内容进行相互提问和对答练习。
6. 熟读课文内容，并在老师的介绍下基本了解越南的家庭情况。

BÀI 3   GIA ĐÌNH TÔI
第三课   我的家庭

I. Hội thoại   会话

Tình huống 1   Nhà em có mấy người?
情景1   你家有几口人？

A: Chào em, nhà em ở đâu nhỉ?   你好。你家在哪里呢？

B: Dạ, thưa thầy, nhà em ở Bằng Tường ạ.   老师，我家在凭祥。

A: Nhà em có mấy người? Và có những ai?   你家有几口人？都有哪些人呢？

B: Nhà em có 4 người, có bố, mẹ, một anh trai và em ạ.

我家有四口人，有爸爸、妈妈、一个哥哥和我。

A: Bố mẹ em làm nghề gì?   你父母做什么工作？

B: Bố em là công chức nhà nước, còn mẹ em là giáo viên phổ thông trung học ạ.

我父亲是国家公务员，（而）我妈妈是一个中学教师。

A: Anh trai em vẫn đang đi học phải không?   你哥哥还在上学对吗？

B: Dạ, không ạ. Anh trai em vừa tốt nghiệp đại học vào năm ngoái, bây giờ đang làm việc ở một cơ quan nhà nước ạ.

哦，不。我哥哥去年刚毕业，现在正在一家国家机关工作。

A: Ừ, cả nhà em đều giỏi, em cũng phải cố gắng để theo kịp mọi người nhé.

哦，你全家人都很不错，你也要刻苦学习努力跟上哦。

B: Vâng ạ, cảm ơn thầy, em sẽ cố gắng ạ.   嗯，谢谢老师，我会努力的。

Tình huống 2   Thầy giáo Việt Nam hỏi về gia đình Trung Quốc
情景2   越南老师咨询关于中国家庭的情况

A: Chào em.   你好。

B: Dạ, em chào thầy ạ.   老师好！

A: Cho thầy hỏi, nhà em ở tỉnh nào của Trung Quốc nhỉ?

我想了解一下，你家在中国的哪个省呢？

B: Dạ, nhà em ở Tỉnh Hà Nam ạ.   哦，我家在河南省。

第三课　我的家庭

A: Nhà em có mấy người và có những ai? 你家有几口人？都有哪些人呢？

B: Dạ, nhà em chỉ có ba người thôi ạ, em là con một.
我家只有3口人，我是独生子。

A: Thế à? Thế ông nội bà nội em đâu? 是嘛？那你爷爷奶奶呢？

B: Dạ, ông nội bà nội em không ở cùng nhà em ạ. Hai cụ ở cùng nhà chú.
哦，我爷爷奶奶不跟我们家一起住。他们跟我叔叔家一起住。

A: Thế nhà chú cách nhà em có xa không? Nhà em có hay về thăm ông bà không?
那你叔叔家离你家远吗？你们家经常回去看望他们吗？

B: Dạ, nhà em ở thành phố, còn nhà chú vẫn ở nông thôn, cách nhà em hơi xa đấy. Thường chỉ có những ngày lễ tết cả nhà em mới về thăm hai cụ ạ.
哦，我家在城市，而我叔叔家还在农村，离我家挺远的。我们全家人一般只有节假日才能回去看望两位老人。

A: Thế nhà chú có mấy con? 那你叔叔家有几个孩子？

B: Dạ, chú thím em có hai con, một trai một gái. Vì những năm 90, gia đình ở nông thôn thường được sinh hai con, còn bố mẹ em đều là công chức nhà nước làm việc ở thành phố, chỉ có thể sinh một con thôi ạ.
我叔叔婶婶有两个孩子，一男一女，因为90年代的时候农村的家庭常常可以生两个孩子，而我父母都是在城市工作的国家公务员，只能生一个孩子。

A: Ồ, thế à? Thế trong quá trình trưởng thành, thiếu vắng anh chị em, em có cảm thấy cô đơn quá không?
哦，是嘛！那在你的生长过程当中，缺少兄弟姐妹，你有没有觉得太孤独寂寞呢？

B: Dạ, em thấy cũng không buồn mấy ạ, vì em thường xuyên đi chơi với các bạn cùng lứa tuổi em ở cùng một khu chung cư ạ. Em còn nhớ, hồi em còn nhỏ, khi bố mẹ em bận hoặc đi công tác xa, em còn ở nhờ nhà hàng xóm, ăn ở cùng bạn thân em, vui lắm ạ!
我觉得也不是那么寂寞，因为我常常跟同小区里面的同龄伙伴一起玩儿。我还记得我小的时候，当我父母忙或出差的时候，我还在邻居家住呢，跟我的好朋友一起吃住，可高兴了！

A: Ừ, thế cũng hay nhỉ? Nghe nói bây giờ ở Trung Quốc nhà nào cũng có thể sinh hai con rồi đúng không?
噢，那也挺有意思的。听说现在在中国，每个家庭都可以生两个孩子了对吗？

B: Dạ, vâng ạ. Bắt đầu từ năm 2016, Trung Quốc đã thực thi chính sách hai con trên toàn quốc, bất kể gia đình ở nông thôn hay là ở thành thị, đều có thể sinh hai con ạ. Nhưng thực ra nhiều gia đình vẫn chỉ sinh một con thôi ạ.

是的，从2016年起，中国已经实施全面二孩政策，不论在农村还是在城市，每个家庭都可以生两个孩子。但其实上很多家庭仍然只生一个孩子而已。

A: Ôi, thế à? Hay nhỉ?　噢，是吗？真奇怪！

II. Bài học　课文

GIA ĐÌNH TÔI (TRUNG QUỐC)

Gia đình tôi ở thị xã Đông Hưng, cách đây khoảng 200 ki-lô-mét. Gia đình tôi có bốn người, có bố, mẹ, một em gái và tôi.

Bố tôi năm nay 42 tuổi, là một công chức nhà nước, đang làm việc ở một cơ quan nhà nước. Bố tôi rất vui tính, thích chơi cầu lông và hát.

Mẹ tôi năm nay 40 tuổi, là một người hiền lành và cần cù. Mẹ tôi là một giáo viên phổ thông trung học. Ngoài việc dạy học, mẹ tôi còn làm tất cả mọi việc trong nhà. Mẹ tôi làm việc rất vất vả, tôi rất yêu mẹ tôi, và tôi cũng cố gắng giúp đỡ mẹ tôi trong những ngày nghỉ.

Em gái tôi năm nay 16 tuổi, đang học cấp Ⅲ tại trường Phổ thông Trung học 3. Em gái tôi rất xinh và vui tính, rất thích cười, học tập cũng tốt, mọi người đều rất thích em ấy.

Còn tôi năm nay 20 tuổi. Tôi đang học chuyên ngành Kinh tế và Thương mại quốc tế tại trường Đại học Dân tộc Quảng Tây. Tôi cũng học tiếng Anh và tiếng Việt. Tôi thấy tiếng Việt không khó lắm, tôi rất thích học tiếng Việt.

Bây giờ tôi đang xa nhà để theo học đại học. Tôi rất nhớ nhà. Tôi yêu gia đình tôi. Tôi mong được quay trở về nhà sớm để sum họp với gia đình.

我的家庭（中国）

我的家在东兴市，离这里大约200公里。我家有四口人，父亲、母亲、妹妹和我。

我父亲今年42岁，是一个公务员，现在在一家国家机关工作。我父亲很开朗，喜欢打羽毛球和唱歌。

我母亲今年40岁，是一个善良而勤劳的人。她是一个中学教师。除了教学以外，我母亲还得做所有的家务活。我母亲工作很辛苦，我很爱我的母亲。在休息日里，我也努力帮助我母亲做家务活。

我妹妹今年16岁，正在第三中学读高中。我妹妹很漂亮很开朗，喜欢笑，学习也很好，每个人都很喜欢她。

我今年20岁，现在正在广西民族大学学习国际经济与贸易专业。我也学英语和越南语。我觉得越南语不太难，我很喜欢学越南语。

现在我正离家在这里读大学。我很想家。我爱我的家庭。我希望能够尽早回到家里与家人团聚。

TỪ MỚI 生词

1	nghề, nghề nghiệp 职业	24	hàng xóm 邻居
2	công chức 公职，公务员	25	thực thi 实施，实行
3	nhà nước 国家	26	chính sách 政策
4	phổ thông 普通	27	toàn quốc 全国
5	tốt nghiệp 毕业	28	bất kể 无论，不论，不管
6	năm ngoái 去年	29	thành thị 城市
7	cơ quan 机关	30	thực ra 实际，实际上
8	theo kịp 跟上、赶上	31	thị xã 市镇，县级市
9	con một 独生子（女）	32	ki-lô-mét 千米，公里
10	vẫn 仍然	33	vui tính 性格开朗
11	nông thôn 农村	34	cầu lông 羽毛球
12	ngày lễ tết 节假日	35	hiền lành 善良，纯厚
13	sinh 生（小孩）	36	cần cù 勤劳
14	công chức nhà nước 国家公务员	37	trung học cơ sở 基础中学（初中）
15	quá trình 过程	38	vất vả 辛苦
16	trưởng thành 成长	39	ngày nghỉ 休息日
17	thiếu vắng 缺少	40	phổ thông trung học 普通中学（高中）
18	anh chị em 兄弟姐妹	41	xa nhà 远离家
19	đơn độc 孤独，寂寞	42	theo học 上学
20	thường xuyên 经常，常常	43	quay 转，转头，转身
21	khu chung cư 小区，居民区	44	trở về 返回
22	hồi 时候，时期	45	sum họp 团聚
23	ở nhờ 借宿，寄宿		

III. Ghi chú ngữ pháp 语法注释

1. 越南语基本句型（三）：形容词谓语句式

+肯定形式：主语+形容词+（补语）如：

-Phong cảnh đẹp. 风景美。

-Thư viện đông người. 图书馆人多。

+否定形式：主语+ không+形容词+（补语）如：

-Phong cảnh không đẹp. 风景不美。

-Thư viện không đông người. 图书馆人不多。

+疑问形式：主语+ có+形容词+（补语）+ không? 如：

-Thư viện có đông người không? 图书馆人多吗？

-肯定回答：Vâng, thư viện đông người. 是的，图书馆人多。

-否定回答：Không, thư viện không đông người. 不，图书馆人不多。

2. 语气词 **nhỉ, đấy, cơ** 的用法。

(1) 语气词 nhỉ 的用法：

+放在带有疑问词的疑问句后，使发问的语气变得更加委婉、亲切。如：

-Em tên là gì *nhỉ*? 你叫什么名字呀？

-Nhà em ở tỉnh nào *nhỉ*? 你家在哪个省呀？

+放在陈述句后，一般是形容词谓语句，表示询问对方的意见，并带有希望对方支持自己看法的意味。如：

-Hôm nay trời mát *nhỉ*? 今天天气凉快吧？

-Phim này hay *nhỉ*? 这部片好看吧？

-Bài này không khó *nhỉ*? 这课不太难吧？

+nhỉ 还可以表示惊奇、讽刺或喜怒哀乐等语气，这要根据讲话时的气氛和讲话人的态度来确定。如：

-Ôi, anh ấy biết nói tiếng Việt thật *nhỉ*? 啊，他果真会说越语呀！（惊奇）

-Buổi liên hoan hôm nay vui quá *nhỉ*! 今天的联欢会真精彩！（喜）

-Ái chà! Tên ác ôn này to gan *nhỉ*! 啃，这个恶棍还真大胆！（怒）

-Một người phục vụ nhân dân tốt như vậy mà mất sớm *nhỉ*!

为人民服务这么好的一个人却过早地去世了哦！（哀）

-Mày giỏi *nhỉ*, dám đánh người nhà nước!

你够厉害的嘛，敢打官家的人！（责备，讽刺）

(2) 语气词 đấy 的用法：

+放在带有疑问代词的疑问句后，表示对正在进行的事情或存在的事物进行提问。如：

-Anh đi đâu *đấy*? 你去哪儿呀？

-Chị đang làm gì *đấy*? 你在干什么呀？

-Ai *đấy*? 谁啊？

+放在肯定句后，表示强烈的肯定语气。如：

-Anh ấy nói đúng *đấy*! 他说得对啊！

-Chị ấy hát hay lắm *đấy*! 她唱得很好啊！

-Nó học giỏi *đấy*! 他学得好啊！

+催促别人做某事，表示告诫、提醒的语气。如：

-Làm nhanh tay đi, sắp hết giờ rồi *đấy*! 快点做吧，时间快到了！

-Tắt máy đi, máy bay sắp cất cánh rồi *đấy*! 把手机关了吧，飞机快要起飞了！

(3) 语气词 cơ 的用法：

+表示不同于对方的意见，如：

-Cậu Hùng nói không đúng. Quý nhất là vàng *cơ*.

阿雄说得不对。最贵的是黄金呢。

-Con không đi học, con muốn ở nhà với mẹ *cơ*.

我不上学，我要留在家里陪妈妈嘛。

+表示夸耀，如：

-Ở Quế Lâm, không những phong cảnh đẹp, món ăn ngon, và con gái ở đấy cũng rất xinh đẹp *cơ*!

在桂林，不仅风景美，东西好吃，而且那里的女孩也很漂亮呢！

-Em còn nói được tiếng Pháp nữa *cơ*! 我还会说法语呢！

+表示责备，如：

-Đã bảo ở nhà, lại cứ đòi đi *cơ*! 都说留在家了，你偏要来！（现在知道错了吧）

-Nó còn muốn đầu tư tiếp nữa *cơ*! Nếu đầu tư tiếp thì giờ đã lỗ hết vốn rồi.

他还想继续投资呢！如果继续投资的话现在肯定全亏了。

+表示追问，放在疑问词后。如：Anh nói gì *cơ*? 你说什么？Cái gì *cơ*? 什么？

-Em vào đây, anh nhờ em tý việc. 你进来，我有点事麻烦你一下。

-Việc gì *cơ*? 什么事呀？

3. 副词 cũng、đều 的区别用法。

用来修饰动词和形容词，表示程度、范围、时间等的词叫做副词。如 cũng, đều 都是表示范围的副词。

用来修饰动词和形容词，表示程度、范围、时间等的词叫做副词。如cũng, đều都是表示范围的副词。

(1) cũng 表示同样，相当汉语的"也"，如：

　　-Anh ấy là sinh viên, chị ấy *cũng* là sinh viên. 他是大学生，她也是大学生。

(2) cũng 也可以表示总括，相当汉语的"都"，但它之前一定要有疑问代词，如：

　　-Chúng tôi ai *cũng* là sinh viên. 我们谁都是大学生。

　　-Sáng nào tôi *cũng* đi tập thể dục. 每天早上我都去锻炼身体。

(3) đều也表示总括"都"，但它前面没有疑问代词，而是必须有表示总括的主语。如：

　　-Tôi là sinh viên. Anh *cũng* là sinh viên. Chúng ta *đều* là sinh viên.
　　我是大学生。你也是大学生。咱们都是大学生。

　　-Mỗi người trong lớp *đều* thích cô Hoa. 班上的每一个人都喜欢华老师。

IV. Kiến thức mở rộng　扩充知识

Tên các tỉnh các thành phố lớn của Trung Quốc 中国各省各大城市名称

1. Bốn thành phố trực thuộc trung ương 四个直辖市：

　　Bắc Kinh 北京　　　Thượng Hải 上海　　　Thiên Tân 天津　　　Trùng Khánh 重庆

2. Các tỉnh và tỉnh lị (bao gồm khu tự trị) 各省及省会（包括自治区）：

Quảng Tây 广西	Nam Ninh 南宁	Quảng Đông 广东	Quảng Châu 广州
Hải Nam 海南	Hải Khẩu 海口	Phúc Kiến 福建	Phúc Châu 福州
Chiết Giang 浙江	Hàng Châu 杭州	Giang Tây 江西	Nam Xương 南昌
Hồ Nam 湖南	Trường Sa 长沙	Hồ Bắc 湖北	Vũ Hán 武汉
Quý Châu 贵州	Quý Dương 贵阳	Vân Nam 云南	Côn Minh 昆明
Tứ Xuyên 四川	Thành Đô 成都	Thiểm Tây 陕西	Tây An 西安
An Huy 安徽	Hợp Phì 合肥	Giang Tô 江苏	Nam Kinh 南京
Sơn Đông 山东	Tế Nam 济南	Hà Nam 河南	Trịnh Châu 郑州
Hà Bắc 河北	Thạch Gia Trang 石家庄	Sơn Tây 山西	Thái Nguyên 太原
Ninh Hạ 宁夏	Ngân Xuyên 银川	Cam Túc 甘肃	Lan Châu 兰州
Thanh Hải 青海	ây Ninh 西宁	Tây Tạng 西藏	La Sa 拉萨
Tân Cương 新疆	U-rum-xi 乌鲁木齐	Nội Mông cổ 内蒙古	Huhhot 呼和浩特

第三课　我的家庭

Liêu Ninh 辽宁　　Thẩm Dương 沈阳　　Cát Lâm 吉林　　Trường Xuân 长春

Hắc Long Giang 黑龙江　Cáp Nhĩ Tân 哈尔滨　Đài Loan 台湾　Đài Bắc 台北

3. 两个特别行政区：

Hồng Kông 香港　　Ma Cao 澳门

4. 其他一些常见城市名：

Thâm Quyến 深圳　　Quế Lâm 桂林　　Liễu Châu 柳州　　Ngô Châu 梧州

Bắc Hải 北海　　Quý Cảng 贵港　　Bằng Tường 凭祥　　Sùng Tả 崇左

Đông Hưng 东兴　　Bách Sắc 百色　　Ngọc Lâm 玉林　　Hà Trì 河池

Cảng Phòng Thành 防城港

V. Bài tập　练习

1. 请同桌之间参照会话内容并根据自己的实际情况进行对话练习，互相介绍自己的家庭情况。
2. 请参照本课所学越南语基本句型（三）进行对话练习。
3. 请根据实际情况回答以下问题，同时进行口头对话练习。

    (1) Chào em. Nhà em ở đâu?

    _____

    (2) Nhà em có mấy người và có những ai?

    _____

    (3) Bố mẹ em làm nghề gì?

    _____

    (4) Bố em là một người như thế nào?

    _____

    (5) Mẹ em là một người như thế nào?

    _____

    (6) Nhà em có mấy anh chị em?

    _____

    (7) Ông nội bà nội em có ở cùng nhà em không?

    _____

    (8) Em bao lâu về thăm nhà một lần?

    _____

4. 请根据以下对话的情境，从 nhỉ、đấy、cơ、cũng、đều 当中选择正确的词填空，然后将对话或句子翻译成汉语。

(1) -Hôm nay trời đẹp _____? Chúng ta đi dạo phố nhé?
   -Không. Hôm nay tao không muốn đi dạo phố. Tao muốn nghỉ ở nhà _____.
   _____
   _____

(2) -Mày giỏi _____? Kể cả môn chuyên ngành cũng tìm cớ không đi học.
   -Mày nói gì _____? Tao đã xin phép cô rồi mà. Cô còn nhắc tao phải nghỉ nhiều _____.
   _____
   _____

(3) -Anh Hoa không đến dịch được nữa. Bây giờ nên làm sao _____?
   -Bảo Hồng đi dịch đi, cậu ấy cũng dịch giỏi _____.
   _____
   _____

(4) -Tôi học tiếng Việt, bạn _____ học tiếng Việt. Chúng ta _____ học tiếng Việt.
   _____

(5) Tất cả các bạn trong lớp chúng tôi _____ thích học tiếng Việt Nam, ai _____ dốc hết sức mình（尽自己的最大努力）để học giỏi tiếng Việt Nam.
   _____
   _____

5. 请参照课文内容并根据自己的实际情况，以"我的家庭"为题写一篇短文，向大家介绍你的家庭。

BÀI 4 QUÊ TÔI
第四课 我的家乡

I. Hội thoại 会话

Tình huống 1 Quê em ở đâu?
情景1 你的家乡在哪里？

A: Chào em, dạo này em có khỏe không? 你好，最近你身体好吗？

B: Cảm ơn cô, em khỏe. Còn cô? 谢谢老师，我很好。您呢？

A: Ừ, cô cũng khỏe. Quê em ở đâu đấy? 哦，我也好。你家乡在哪里呢？

B: Dạ, quê em ở Quế Lâm ạ. 我家乡在桂林。

A: À, Quế Lâm à? Nghe nói đó là một thành phố du lịch đấy. Em có thể giới thiệu một chút cho cô được không?
噢，桂林呀！听说那是个旅游城市哦。你可以给我介绍一下吗？

B: Vâng, em rất vui lòng ạ. 好的，我很乐意。
Quế Lâm là một thành phố du lịch nổi tiếng, có tiếng là "Non nước Quế Lâm nhất thiên hạ". Ở đấy, không những phong cảnh đẹp, món ăn cũng rất ngon, mà con gái ở đấy cũng rất xinh nữa cơ!
桂林市是一个有名的旅游城市，有着"桂林山水甲天下"的美誉！在那里，不仅风景美，东西也很好吃，而且那里的女孩也很漂亮呢。

A: Thế à? Thảo nào em xinh thế này! 这样啊？难怪你也这么漂亮！

B: Cảm ơn cô, cô quá khen rồi. 谢谢老师，老师过奖了。

A: Quế Lâm cách đây bao xa? 桂林离这里多远呢？

B: Quế Lâm cách đây khoảng 400 cây số ạ. 桂林离这里大概有400公里。

A: Thế em có hay về quê không? 那你经常回家乡吗？

B: Mỗi học kỳ em chỉ về quê 1-2 lần thôi ạ. 每个学期我只回去一两趟。

A: Em về quê bằng phương tiện gì? 你坐什么车回去？

B: Em hay đi tàu hỏa về quê ạ. 我常常是坐火车回去。

A: Thế phải mất bao lâu và mất bao nhiêu tiền? 那要花多长时间、多少钱？

B: Trước kia đi tàu chậm mất 4 tiếng đồng hồ và 60 tệ tiền vé tàu. Bây giờ có tàu cao tốc rồi, chỉ mất khoảng 3 tiếng đồng hồ, nhưng vé tàu lại là 111 tệ cơ. 以前乘普通列车要花4个小时和60块钱的车费。现在有动车了，只需要花约3个小时，但车票却要花111块钱呢。

A: Quê em có những đặc sản gì nhỉ? 你的家乡有些什么特产呢？

B: Dạ, thưa cô, quê em có nhiều đặc sản, chẳng hạn như phở Quế Lâm, mứt hồng, rượu Tam Hoa... 哦，我的家乡有许多特产，比如说桂林米粉、柿饼、三花酒等等。

Tình huống 2 Hẹn nhau về thăm quê bạn Việt Nam
情景2 相约探望越南朋友的家乡

A: Anh Minh ơi, tuần sau được nghỉ bốn ngày, anh có định đi đâu chơi không? 明哥，下周放假四天，你打算去哪里玩吗？

B: Thật không? Anh nghe nói các ngày lễ Việt Nam thường chỉ được nghỉ một hai ngày thôi. Tuần sau sao lại được nghỉ bốn ngày liền? 真的吗？我听说越南的节假日一般只放假一两天。为什么下周能放假四天呢？

A: Ồ, vì tuần sau được nghỉ nhân kỷ niệm ngày giải phóng Miền Nam và ngày Lao động quốc tế đúng vào ngày thứ năm và thứ sáu, ngoài ra còn có hai ngày cuối tuần, nên được nghỉ bốn ngày liền đấy. 哦，因为下周四、周五正好是南方解放日和五一劳动节，各放假一天，另外还有两天周末，所以就可以连续休息四天呢。

B: Thế à? Hay quá nhỉ! 是吗？太好了！

A: Vâng ạ. Hiếm có cơ hội được nghỉ bốn ngày liền, anh có định đi đâu chơi không? 是的。难得连续放假四天，你打算去哪里玩吗？

B: Anh chưa có kế hoạch gì cả. Còn em? Em định đi đâu? 我还没有任何计划。你呢？你打算去哪里？

A: Em định về quê ạ. Hay là anh cùng em về thăm quê em đi, quê em cũng là một điểm du lịch nổi tiếng của Việt Nam đấy. 我打算回家乡。要不你跟我一起回我家乡玩儿吧，我的家乡也是越南一个有名的旅游景点呢。

B: Thế à? Quê em ở đâu đấy? 是吗？你家乡在哪里呢？

A: Quê em ở Ninh Bình. Ninh Bình là một trong những cố đô lịch sử nổi tiếng của Việt Nam đấy. 我家乡在宁平。宁平是越南的一个有名的历史古都呢。

第四课　我的家乡

B: Ôi, thế à? Nó có lịch sử văn hóa như thế nào? Em giới thiệu một chút cho anh biết nhé?　噢，是嘛。它有着怎么样的历史文化呢？你给我介绍一下呗。

A: Được thôi, em rất vui lòng ạ. Ninh Bình có tên cũ gọi là Hoa Lư, đã từng là kinh đô của nhiều triều đại như nhà Đinh, Tiền Lê và nhà Lý. Cho nên, theo em, lần này anh có thể cùng em về thăm quê em đấy, em sẽ làm hướng dẫn viên cho anh và sắp xếp tất cả việc ăn ở đi lại cho anh!

好啊，我很乐意。宁平旧称华闾，曾经是越南多个朝代如丁朝、前黎和李朝的都城。所以我觉得，这次你可以跟我一起回去我家乡参观旅游哦，我给你当导游，并且给你安排好所有的交通吃住！

B: Ừ, cảm ơn em nhiều. Anh còn chưa biết các bạn cùng lớp anh có kế hoạch hoạt động gì hay không. Để anh về hỏi các bạn đã nhé?

哦，非常感谢你。我还不知道我们班上同学有没有什么活动计划。让我先回去问问大家吧。

A: Vâng ạ, anh cứ hỏi đi đã, không sao đâu anh ạ.

好啊，你尽管先问问吧，没事的。

B: Đúng rồi, quê em cách Hà Nội có xa không?　对了，你家乡离河内远吗？

A: Dạ, quê em cách Hà Nội chỉ có hơn trăm cây số thôi ạ.

哦，我家乡离河内只有一百多公里。

B: Thế em về quê bằng phương tiện gì?　那你乘什么车回家乡呢？

A: Vì quê em cách đây không xa lắm, nên em thường xuyên đi xe máy về quê ạ.

因为我家乡离这里不太远，所以我常常是开摩托车回去。

B: Anh về hỏi các bạn, nếu mấy người cùng đi có được không?

我回去问问同学们，如果几个人一起去的话可以吗？

A: Vâng, cũng được. Nếu mấy người cùng đi thì phải đi ô-tô hoặc thuê xe ạ.

好啊，也可以。如果几个人一起去的话就需要乘汽车或者租车去。

B: Ừ, để anh về hỏi các bạn đã nhé?　嗯，那我先回去问问大家吧？

A: Vâng, anh cứ về hỏi đã, nhưng phải trả lời em trong hai ngày tới nhé? Để em còn lo việc sắp xếp đi lại và ăn ở.

好的，你先问吧，但要在明后两天答复我哦，我还要考虑安排交通往来和吃住等工作呢。

B: OK, cảm ơn em nhé.　OK，谢谢你哈。

A: Dạ, không có gì.　好的，没事儿。

II. Bài học 课文

Quê Tôi

Quê tôi ở huyện Ba Mã Quảng Tây——"quê hương trường thọ" nổi tiếng trên thế giới.

Huyện Ba Mã cách thành phố Nam Ninh khoảng 300 cây số, đi xe ô-tô mất khoảng 4 tiếng đồng hồ. Huyện Ba Mã là một khu du lịch nổi tiếng ở Quảng Tây, có ba địa điểm du lịch nổi tiếng bao gồm: Bách điểu nham, Bách ma động và Cung thủy tinh, đều là những địa điểm du lịch hết sức độc đáo mà nơi khác không thể sánh bì. Nhất là Cung thủy tinh, hang động này mới được phát hiện vào năm 2004, sau đó một nhà đầu tư người Quảng Đông đã đầu tư phát triển thành một địa điểm du lịch. Hang động này vừa rộng vừa đẹp, chỉ cần bạn vào thăm một lần, chắc chắn bạn sẽ mãi mãi không quên được sự hoành tráng và lộng lẫy của nó.

Huyện Ba Mã còn là một trong những "quê trường thọ nổi tiếng trên thế giới". Theo dữ liệu điều tra, đến quý 2 năm 2009 huyện Ba Mã có 791 cụ già hơn 90 tuổi, trong đó có 81 cụ hơn một trăm tuổi. Khách du lịch đến du lịch Ba Mã thường có thói quen vào làng thăm các cụ trường thọ, họ thường biếu phong bao lì xì để mừng thọ các cụ ấy. Bởi quê hương Ba Mã non xanh nước biếc, không khí trong sạch, lại thừa hưởng một môi trường nhân văn địa lí hết sức độc đáo, cho nên người dân ở đây cũng sống rất thọ.

Ngoài ra, Ba Mã cũng có nhiều đặc sản, chẳng hạn như lợn quay Ba Mã, bột dầu gai, dầu gai, và nhiều loại sản phẩm thủ công mỹ nghệ. Đặc biệt còn có "nguồn nước thần tiên trường thọ", đó chính là nước khoáng Ba Mã Lệ Lang.

Tổng kết lại, quê tôi Ba Mã là một khu du lịch hết sức độc đáo, cho nên hết sức hoan nghênh các bạn đến thăm quê tôi. Tôi tin rằng bạn sẽ có một chuyến du lịch đầy ngạc nhiên và thú vị đấy.

我的家乡

我的家乡在世界著名的"长寿之乡"——广西巴马县。

巴马县距离南宁大约300公里，乘汽车要花4个多小时。巴马是广西的一个知名的旅游胜地，有三个经典的旅游景点，包括：百鸟岩、百魔洞和水晶宫，都是一些非常独特而在其他地方不可比拟的景点。尤其是水晶宫，这个岩洞2004年才被发现，然后由一个广东的老板投资，建成一个旅游景点。这个岩洞

第四课 我的家乡

又大又漂亮，只要你进去参观一次，或许你将永远不会忘记它的雄壮与辉煌。

巴马是世界上著名的"长寿之乡"之一。根据有关调查资料，截至2009年第二季度，巴马县有90岁以上的老人共791人，其中81位是百岁以上的老人。来巴马旅游的游客们一般有进村看望长寿老人的习惯，他们常常给长寿老人每人一个小红包并为他们贺寿。因为在巴马山清水秀，空气清新，有着非常独特的人文地理环境，因此这里的人民也非常的长寿。

此外，巴马也有许多特产，比如巴马烤香猪、火麻糊、火麻油，各种各样的工艺品，还有"长寿神仙水"，那就是巴马骊琅矿泉水！

总的来说，巴马是一个非常独特的旅游胜地，因此非常欢迎各位朋友来到我的家乡旅游。我相信，你将会获得一趟充满惊喜和乐趣的旅行经历。

TỪ MỚI 生词

1	du lịch 旅游		19	kỷ niệm 纪念
2	vui lòng 乐意		20	giải phóng 解放
3	nổi tiếng 著名，有名		21	miền Nam （越南）南部
4	thiên hạ 天下		22	ngày Lao động quốc tế 国际劳动节
5	phong cảnh 风景		23	ngoài ra 此外
6	thảo nào 难怪		24	cuối tuần 周末
7	bằng 通过，依靠，凭借		25	liền 连续
8	phương tiện （交通）工具		26	hiếm có 稀有，稀少，少有
9	tàu hỏa 火车		27	cơ hội 机会
10	cây số 公里		28	kế hoạch 计划
11	mất 花费		29	cố đô 古都
12	vé tàu 车票		30	lịch sử 历史
13	tàu cao tốc 高速火车，高铁		31	từng 曾经
14	đặc sản 特产		32	kinh đô 京都，京城
15	chẳng hạn 举例，比如		33	triều đại 朝代
16	mứt 蜜饯，果饼		34	hướng dẫn viên 向导，导游
17	rượu 酒		35	sắp xếp 安排
18	hẹn 约，邀约		36	tất cả 全部，所有

37	thường xuyên 经常，常常	64	lộng lẫy 辉煌，灿烂
38	xe máy 摩托车	65	cứ liệu 资料，数据
39	thuê xe 租车	66	điều tra 调查
40	tới 到来；到达	67	quý 季，季度
41	lo 担心，忧虑；考虑	68	cụ già 老人
42	huyện 县，县份	69	thói quen 习惯，习俗
43	trường thọ 长寿	70	lì sì 利是
44	thế giới 世界	71	túi lì sì（压岁钱）红包
45	tiếng đồng hồ 小时	72	mừng thọ 祝寿，贺寿
46	cảnh điểm 景点	73	non xanh nước biếc 山清水秀
47	địa điểm du lịch 旅游景点	74	không khí trong sạch 空气清新
48	bao gồm 包括	75	môi trường 环境
49	hết sức 非常，极其	76	nhân văn 人文
50	độc đáo 独到，独特	77	địa lí 地理
51	sánh bì 并肩，比拟	78	người dân 人民，人们；居民
52	nhất là 尤其是，特别是	79	ngoài ra 此外，除此以外
53	thủy tinh 水晶	80	ví dụ như 例如，比如
54	hang động 洞穴	81	lợn quay 烤猪
55	phát hiện 发现	82	thủ công mỹ nghệ 手工艺品
56	sau đó 然后	83	thần tiên 神仙
57	ông chủ 老板	84	nước khoáng 矿泉水
58	đầu tư 投资	85	tổng kết lại 总的来说
59	xây dựng 建设	86	hoan nghênh 欢迎
60	phát triển 发展，开拓	87	tin 相信
61	chắc chắn 肯定，必定	88	chuyến 趟，次
62	mãi mãi 永远	89	ngạc nhiên 惊讶，愕然
63	hoành tráng 雄壮，雄伟	90	thú vị 有趣的，趣味的

III. Ghi chú ngữ pháp　　语法注释

1. 越南语基本句型（四）："đã ... chưa" 与 "có ... không" 句型。

+句型 "đã ... chưa" 表示问行为或状态变化是否已经发生或已经完成。如：

-Em đã ăn cơm chưa? 你已经吃饭了吗？

-肯定回答：Rồi, em đã ăn cơm rồi. 是的，我已经吃饭了。

-否定回答：Chưa, em chưa ăn cơm. 没有，我还没有吃饭。

+句型 "có ... không" 表示行动或状态变化是否要发生。如：

-Em có đi không? 你要去吗？

-肯定回答：Có, em có đi ạ. 是的，我要去。

-否定回答：Không, em không đi. 不，我不去。

2. 越南语中数词的表达法。

(1) 1-10的称数法：小写也用阿拉伯数字1、2、3、4、5、6、7、8、9、10…，大写使用越南语写法：một, hai, ba, bốn, năm, sáu, bẩy/bảy, tám, chín, mười…

(2) 11-19的称数法：mười +基数词，如：11 mười một, 12 mười hai… 19 mười chín.

(3) 20-99的称数法：

　+整十的：个位基数+ mươi，如：20 hai mươi, 30 ba mươi… 90 chín mươi。

　+有零头的：个位基数+ mươi +个位基数，如：21 hai mươi mốt, 22 hai mươi hai, 99 chín mươi chín.（在口语中，为了简单快捷，mươi也经常省掉不说，如：21 hai mốt, 22 hai hai, 99 chín chín。）

(4) 变音读法：

　+ 1的变音：1 một, 11 mười một, 21以上读mốt, 如：21 hai mươi mốt/hai mốt, 41 bốn mốt.

　+ 4的变音：4 bốn, 14 mười bốn, 24 读hai mươi bốn或hai mươi tư, 34以上读tư, 如：34 ba mươi tư, 44 bốn mươi tư, 54 năm mươi tư.

　+ 5的变音：5 năm, 15 mười lăm, 25以上读nhăm、lăm都可以，如：25 hai mươi nhăm/ hai lăm, 45 bốn nhăm/ bốn lăm, 55 năm mươi nhăm/ năm mươi lăm/ năm nhăm/ năm lăm.

　+ 7读bẩy 或 bảy 都可以。

　+ 整十的时候，十也可以读作 "chục", 如：Cho tôi hai chục cam. 给我（称）二十个橙子。

　-Váy này bán mấy chục đấy? 这裙子卖几十啊？

　-Tám chục ạ. 八十。

-Có hàng chục người đang biểu tình ở ngoài đường đấy.

有好几十人在外面大街上游行示威呢。

(5) 0的读法：

+0在电话号码中出现的都读không，如：（0084）04-5807425 không không tám bốn, không bốn, năm tám không bẩy bốn hai năm

+0在十位上出现读linh或lẻ，如：105 một trăm linh năm/ một trăm lẻ năm.

+0在百位上读không，如：1024 một nghìn không trăm hai mươi tư.

+其他特殊情况：1100读một nghìn một trăm/ nghìn mốt, 1100000读triệu mốt, 1200000读 một triệu hai/ triệu hai, 1500读nghìn rưởi/ nghìn rưởi, 3000500读 ba triệu lẻ năm trăm/ ba triệu năm trăm, 2040505读 hai triệu bốn mươi nghìn năm trăm lẻ năm.

(6) 合音读法：当二十、三十后面还有零头时，hai mươi可以合音读成hăm，ba mươi可以合音读成băm，如：21 hăm mốt, 25 hăm nhăm, 31 băm mốt, 35 băm nhăm.

(7) 百位以上数词的读法：

百读trăm, 千读nghìn, 万读vạn或mười nghìn, 十万读trăm nghìn, 百万读triệu, 千万读mười triệu, 亿读trăm triệu, 十亿读tỷ, 百亿读mười tỷ, 千亿读trăm tỷ, 万亿读nghìn tỷ.

越南语中较大的数字读法常用的单位有百trăm, 千nghìn, 百万triệu, 十亿tỷ，具体写法和读法如下：

tỷ triệu nghìn

24.584.396.705

从个位数起，每三位数用一个实心点隔开，第一个实心点处读nghìn，第二个实心点处读triệu，第三个实心点处读tỷ，其他数字照读，如该数读：hai mươi tư tỷ năm trăm tám mươi tư triệu ba trăm chín mươi sáu nghìn bẩy trăm linh năm. 305.005.064.004 读ba trăm linh năm tỷ không trăm linh năm triệu không trăm sáu mươi tư nghìn không trăm lẻ bốn.

3. 关联词bằng的用法。

(1) 在动词作谓语的句子里，"动词+bằng+名词"表示行动时使用什么工具，如：

-Em về quê *bằng* phương tiện gì? 你坐什么车回家乡？

-Anh ấy đi Bắc Kinh *bằng* máy bay. 他乘飞机去北京。

-Chúng tôi ăn cơm *bằng* đũa. 我们用筷子吃饭。

(2) "bằng+名词"做定语时放在中心词的后面，指出中心词所表示的事物的质料，如：

cái bàn *bằng* gỗ = cái bàn gỗ 木头做的桌子=木桌子

cái giường *bằng* sắt = cái giường sắt 铁做的床=铁床

con hổ *bằng* giấy = con hổ giấy 纸做的老虎=纸老虎

或者"名词+ làm bằng +名词"表示"某东西是由某质料做成的",如:

-Cái giường này là *làm bằng* sắt. 这个床是用铁做的。

(3) 在形容词作谓语的句子里,"形容词+bằng+被比较对象"表示被比较对象与比较对象具有程度相同的某种性质。如:

-Ngôi nhà này *cao bằng* ngôi nhà kia. 这座房子与那座房子一样高。

-Chúng tôi học tiếng Việt cũng *khó bằng* / như các anh học tiếng Thái.
我们学越语也像你们学泰语一样难。

-Cô Hoa hát *không hay bằng* cô Hồng. 华老师没有红老师唱得那么好。

4. 越南语中"不仅……而且……"、"不仅……还/也……"的表达法。

(1) không những …(mà) còn…(nữa), 表示"不仅……而且……",如:

-Chị ấy *không những* xinh đẹp và dịu dàng, *mà còn* rất thông minh *nữa*.
她不仅漂亮、温柔,而且还很聪明。

-Nó *không những* biết hát bài tiếng Trung Quốc, nó *còn biết* hát bài tiếng Việt Nam *nữa*.
他不仅会唱中文歌,他还会唱越语歌。

(2) Không những …(mà/và…)cũng …, 表示"不仅……还/也……",如:

-Thành phố Quế Lâm *không những* có phong cảnh đẹp và món ăn ngon, *mà* con gái ở đấy *cũng* rất xinh đẹp cơ!
桂林市不仅有着美丽的风景和好吃的美食,而且那里的女孩也很漂亮呢。

(3) 表示"不仅……而且……"或"不仅……还……",还有Không chỉ …mà còn…, 有时候không chỉ与không những可以互换,互通互用,如:

-*Không chỉ* là tớ *mà còn có* cậu nữa đều bị phê bình.
不只是我,还有你,都被批评了。

-Tôi *không chỉ* nói được tiếng Anh *mà còn* nói được tiếng Việt.
我不仅能说英语,还能说越南语。

也可以说Tôi *không những* nói được tiếng Anh *mà còn* nói được tiếng Việt.

IV. Kiến thức mở rộng　扩充知识

Từ ngữ bổ sung 补充词汇

1. Năm thành phố trực thuộc Trung ương 五个直辖市：

Thành phố Hà Nội 河内市	Thành phố Hải Phòng 海防市
Thành phố Đà Nẵng 岘港市	Thành Phố Hồ Chí Minh 胡志明市
Thành phố Cần Thơ 芹苴市	

2. Tỉnh và các thành phố trực thuộc tỉnh 各省及省会：

Tỉnh An Giang 安江省	Tỉnh Bạc Liêu 薄辽省
Tỉnh Bà Rịa- Vũng Tàu 巴地-头顿省	（thành phố Vũng Tàu 头顿市）
Tỉnh Bắc Cạn 北乾省	Tỉnh Bắc Giang 北江省
Tỉnh Bắc Ninh 北宁省	Tỉnh Bến Tre 槟椥省
Tỉnh Bình Dương 平阳省	Tỉnh Bình Định 平定省
Tỉnh Bình Thuận 平顺省	Tỉnh Bình Phước 平福省
Tỉnh Cao Bằng 高平省	Tỉnh Cà Mau 金瓯省
Tỉnh Đăk Lăk 得乐省	Tỉnh Đồng Tháp 同塔省
Tỉnh Đồng Nai 同奈省	（thành phố Biên Hòa 边和市）
Tỉnh Gia Lai 嘉莱省	Tỉnh Hà Giang 河江省
Tỉnh Hà Nam 河南省	Tỉnh Hà Tây 河西省
Tỉnh Hà Tĩnh 河静省	Tỉnh Hải Dương 海阳省
Tỉnh Hưng Yên 兴安省	Tỉnh Hòa Bình 和平省
Tỉnh Khánh Hòa 庆和省	（thành phố Nha Trang 芽庄市）
Tỉnh Kiên Giang 坚江省	Tỉnh Kon Tum 昆嵩省
Tỉnh Lai Châu 莱州省	Tỉnh Lạng Sơn 谅山省
Tỉnh Lào Cai 老街省	Tỉnh Long An 隆安省
Tỉnh Lâm Đồng 林同省	（thành phố Đà Lạt 大叻市）
Tỉnh Nam định 南定省	Tỉnh Ninh Bình 宁平省
Tỉnh Nghệ An 义安省	（thành phố Vinh 荣市）
Tỉnh Ninh Thuận 宁顺省	Tỉnh Phú Yên 富安省

Tỉnh Phú Thọ 富寿省　　　　　　　　（thành phố Việt Trì 越池市）

Tỉnh Quảng Bình 广平省　　　　　　Tỉnh Quảng Nam 广南省

Tỉnh Quảng Ngãi 广义省　　　　　　Tỉnh Quảng Trị 广治省

Tỉnh Quảng Ninh 广宁省　　　　　　（thành phố Hạ Long 下龙市）

Tỉnh Sóc Trăng 朔庄省　　　　　　　Tỉnh Sơn La 山罗省

Tỉnh Tây Ninh 西宁省　　　　　　　Tỉnh Thái Bình 太平省

Tỉnh Thái Nguyên 太原省　　　　　　Tỉnh Thanh Hóa 清化省

Tỉnh Thừa Thiên-Huế 承天-顺化省　　（thành phố Huế 顺化市）

Tỉnh Tiền Giang 前江省　　　　　　（thành phố Mỹ Tho 美荻市）

Tỉnh Trà Vinh 茶荣省　　　　　　　Tỉnh Tuyên Quang 宣光省

Tỉnh Vĩnh Long 永隆省　　　　　　　Tỉnh Vĩnh Yên 永安省

Tỉnh Yên Bái 安沛省　　　　　　　　(Thành phố Yên Bái 安沛市)

V. Bài tập　练习

1. 请同桌之间参照会话内容并根据自己的家乡情况进行对话练习。
2. 请参照本课所学越南语基本句型（四）进行对话练习。
3. 请口译以下数字。

　　541　　　101　　　2015　　　　　　205.041.035
　　1500　　 210　　　10.504.008.005　(0084)04-62025025

4. 请根据实际情况回答以下问题，同时进行口头对话练习。

　　(1) Chào em. Quê em ở đâu đấy?
　　_____

　　(2) Quê em có những phong cảnh gì?
　　_____

　　(3) Quê em cách đây bao xa?
　　_____

　　(4) Em bao lâu về quê một lần?
　　_____

(5) Bình thường em về quê bằng phương tiện gì? Phải mất bao lâu và mất bao nhiêu tiền?
_____
_____

(6) Quê em có những đặc sản gì?
_____
_____

5. 请参照语法注释部分，将下列句子翻译成越南语，注意画线部分的越语表达法。
    (1) 他<u>不仅</u>会说越南语，<u>而且</u>还说得很好<u>呢</u>!
    _____

    (2) 她<u>不只</u>是英语学得好，越语<u>也</u>学得很好。
    _____

    (3) 像中国人一样，越南人也<u>用</u>筷子吃饭。
    _____

    (4) 这套沙发<u>是实木做的</u>，又结实又耐用。
    _____

    (5) 我弟弟跟我<u>一样高</u>，因为我们是双胞胎。
    _____

    (6) 在越南，<u>汽车没有摩托多</u>，<u>火车没有摩托跑得块</u>。
    _____
    _____

    (7) 越南的人口有<u>8700多万</u>，而中国的人口有<u>14亿</u>。
    _____
    _____

    (8) 我<u>曾经去过</u>北京两趟，但<u>从未去过</u>天津。
    _____

6. 请就课文内容进行相互提问和对答练习。
7. 请参照课文内容并根据自己的实际情况，以"我的家乡"为题写一篇短文，向大家介绍你家乡的情况。

BÀI 5 TRƯỜNG CHÚNG TÔI
第五课 我们的学校

I. Hội thoại 会话

Tình huống 1 Ở góc tiếng Việt
情景1 在越语角

A: Chào em. Em học ở trường nào nhỉ? 你好。你在哪个学校学习呢?

B: Chào anh ạ! Em học ở trường Đại học Dân tộc Quảng Tây ạ.
你好。我在广西民族大学学习。

A: Trường ấy thế nào hả em? 那是个什么样的学校呢?

B: Trường em rất rộng và đẹp, có rất nhiều cây cối. Dạo trong vườn trường cứ như dạo mát ở trong rừng xanh ấy.
我们学校很大很漂亮,有很多树木。在校园里散步就好像漫步于森林里一样。

A: Thế à? Nghe nói trường ấy còn có một cái hồ rất đẹp gọi là hồ Tương Tư phải không? 这样呀!听说那个学校还有一个很美丽的湖叫做"相思湖"对吗?

B: Vâng, đúng đấy. Về hồ Tương Tư còn có một câu chuyện lãng mạn kể rằng: Trên hồ Tương Tư có một cái cầu gọi là cầu Tương Tư, bên cạnh cầu Tương Tư có một cái đình gọi là đình Tương Tư, dưới đình Tương Tư có một đôi uyên ương, đôi uyên ương ấy đang kể chuyện về hồ Tương Tư…
对啊。关于相思湖还有一个很浪漫的故事,是这样的:相思湖上有一座桥叫相思桥,在相思桥的旁边有一个亭子叫相思亭,在相思亭下有一对相思人,相思人正在讲述着相思湖的故事……

A: Ôi, lãng mạn thế! Chắc trường em có nhiều trai tài gái xinh nhỉ?
哇,这么浪漫!大概你们学校有很多帅哥美女吧?

B: Vâng, nhất là những bạn gái xinh, nhiều lắm. 对啊,尤其是美女,很多呢。
Bao giờ anh rảnh rỗi thì đến trường em chơi, em sẽ giới thiệu cho anh một bạn gái thật xinh. 什么时候你有空到我们学校来玩,我给你介绍一个漂亮的女生。

A: Ừ, cảm ơn em nhé. Em cũng rất xinh mà. 好啊,谢谢你啦。你也很漂亮嘛。

B: Ôi, anh lại trêu em rồi. 哎呀,你又逗我了。

Tình huống 2　Bàn về trường đại học của Trung Quốc và Việt Nam
情景2　谈论中越两国的大学

　　A: Chào em.　你好。

　　B: Dạ, em chào thầy ạ.　老师好!

　　A: Em học ở trường nào?　你在哪个学校学习?

　　B: Dạ, em là lưu học sinh Trung Quốc, em đang du học ở trường ĐHKHXH&NV ĐHQGHN ạ.

　　哦，我是中国留学生，我在河内国家大学所属社会科学与人文大学留学。

　　A: Thế à? Em thấy trường ấy thế nào?　是吗？你觉得这个学校怎么样？

　　B: Dạ, trường này chỉ có thư viện, văn phòng nhà trường, hội trường và mấy giảng đường thôi, em thấy hình như trường hơi nhỏ ạ.

　　哦，这个学校只有图书馆、办公楼、大礼堂和教学楼，我觉得学校好像太小了点。

　　A: Ừ, vì Hà Nội đất chật người đông, cho nên nhiều trường hơi nhỏ, không mở rộng được đâu.　嗯，因为河内地窄人多，所以多个学校都比较小，没办法扩大的。

　　B: Dạ, vâng ạ. Nhưng em thấy có một điều rất lạ, trong trường này không có ký túc xá, không có khu nhà ở của giáo viên, tất cả các thầy cô giáo và sinh viên đều không ở trong trường, kể cả lưu học sinh chúng em cũng ở ngoài đấy.

　　嗯，是的。但我觉得有一点特别奇怪：这个学校里面竟然没有宿舍，没有教师住房，所有的老师和学生都不能住在校内，包括我们留学生也要在校外住呢。

　　A: À, không phải đâu. Trường Đại học Quốc gia Hà Nội thường quy hoạch khu ký túc xá ở một nơi khác không xa mấy. Ở các thành phố lớn của Việt Nam như Hà Nội và TP. HCM, vì đất chật người đông, đất đai lại là sở hữu cá nhân, nên nhiều trường đại học thường không rộng lắm, những học sinh có nhà ở thành phố thì không được ở ký túc xá, phải ở nhà và đi học bằng xe máy hoặc xe đạp. Thế các em sống ở đâu? Cách trường có xa không?

　　噢，不是的。河内国家大学常常将宿舍区规划建在不太远的另外一个地方。在越南的各大城市如河内、胡志明市，由于地窄人多，土地又私有，许多大学通常不太大，家在市内的学生都不能住宿舍，都要住在家里，自己开摩托车或骑自行车上学。那你们住在哪里呢？离学校远吗？

　　B: Dạ, bọn em ở Làng sinh viên Hacinco ạ, cách trường hơi xa ạ.

　　哦，我们住在Hacinco学生公寓（学生村），离学校挺远的呢。

　　A: Thế bình thường các em đi học thế nào? Có mất nhiều thời gian không?

　　那你们平时怎么上学？要花很多时间吗？

第五课　我们的学校

B: Dạ, mỗi ngày bọn em đi bộ đến trường phải mất khoảng hai mươi phút. Nhưng có khi thời gian không kịp hoặc là bọn em không muốn đi bộ nữa thì 4, 5 người cùng đi một chiếc tắc-xi, mấy phút là đến, nhanh lắm, và cũng không đắt lắm ạ.

哦，每天我们走路到学校要花约20分钟。不过有时候时间来不及或者我们不想走路了，我们就四五个人一起打一辆的士，几分钟就到了，很快，而且也不太贵。

A: Thế à? Thế cũng hay nhỉ. 是吗？那也挺不错的哦。

Thế ở Trung Quốc thì sao? Các trường đại học có rộng không?

那在中国怎么样？各个大学大吗？

B: Dạ, các trường đại học ở Trung Quốc thường rất lớn, vừa rộng vừa đẹp. Có một số trường rộng quá, nên phải có xe bus trong trường mới thuận tiện đấy ạ.

哦，在中国的大学一般都挺大的，校园又大又漂亮。有一些学校太大了，所以需要有校园公交车才方便呢。

A: Ừ, Thế à? Hay nhỉ! 噢，是吗？真有意思！

B: Dạ, vâng ạ. Hơn nữa, vào thế kỷ 21, nhiều trường đại học ở Trung Quốc còn mở rộng tiếp nữa, phải xây thêm khu trường mới ở nơi khác nữa.

嗯，是的。而且，进入21世纪以来，中国的许多大学还继续扩大，要在别的地方建设新的校区呢。

A: Ừ, thảo nào thầy đến thăm nhiều trường đại học, người ta đều bảo là có hai khu trường đấy.

哦，难怪我到中国多个学校访问，人家都说有两个校区呢。

B: Dạ, vâng ạ. Chủ yếu là vì Trung Quốc đất rộng người cũng đông, các trường đại học cũng phải không ngừng mở rộng, mới có thể đáp ứng được nhu cầu đi học của sinh viên Trung Quốc.

嗯，是的。主要是因为中国地大物博，人口众多，各个大学也需要不断扩大，才能满足中国学生的求学需求。

A: Ừ, đúng Thế. 嗯，的确如此。

II. Bài học　课文

TRƯỜNG CHÚNG TÔI

Tôi là sinh viên trường Đại học Dân tộc Quảng Tây. Trường chúng tôi có hai khu trường cách nhau không xa mấy, đều ở phía tây ngoại thành Nam Ninh. Khu trường cũ có nhiều cây cối, có một cái hồ nổi tiếng gọi là hồ Tương Tư, nước hồ trong mát, không khí trong lành. Một năm bốn mùa, cây cối xanh tươi, chim vui ca, hoa đua nở, vườn trường vừa rộng vừa đẹp. Khu trường mới không rộng lắm, nhưng cũng có một cái hồ xinh xinh và cũng gọi là hồ Tương Tư.

  Trường chúng tôi có một hội trường lớn, một thư viện lớn và nhiều thư viện nhỏ. Hội trường của trường rất đồ sộ, đẹp đẽ. Thư viện của trường chúng tôi có nhiều sách quý và báo chí, đủ để cho các chuyên gia, các thầy cô giáo và các bạn sinh viên tra cứu và tham khảo. Trường chúng tôi có nhiều phòng học, các phòng học rộng rãi và sáng sủa. Các lớp học đều được trang bị các thiết bị dạy học cần thiết như bảng đen, bàn ghế, quạt điện, điều hòa, máy tính và máy chiếu v.v...Trường chúng tôi cũng có nhiều ký túc xá. Ký túc xá của chúng tôi thoáng khí và sạch sẽ. Phòng ở của chúng tôi có đầy đủ tiện nghi như giường sắt, quạt điện, bình nước nóng, ngoài ra còn có bàn ghế, có tủ và giá sách.

  Trường chúng tôi được chia thành nhiều khoa. Tôi là sinh viên khoa Ngôn ngữ và Văn hóa Đông Nam Á. Khoa chúng tôi có sáu chuyên ngành, đó là chuyên ngành tiếng Việt, tiếng Thái-lan, tiếng Miến Điện(Mi-a-ma), tiếng Lào, tiếng In-đô-nê-xi-a, tiếng Ma-lai-xi-a. Tôi học chuyên ngành tiếng Việt. Nhiệt liệt hoan nghênh các bạn đến thăm trường chúng tôi.

我们的学校

  我是广西民族大学的学生。我们的学校有两个校区，两个校区距离不太远，都在南宁市西郊。学校本部有许多树木，有一个著名的湖叫做相思湖，湖水清澈，空气清新。一年四季树木青翠，鸟儿歌唱，花儿竞放，校园又大又漂亮。新校区不太大，但也有一个小小的湖，叫相思湖。

  我们学校有一个大礼堂，一个大的图书馆和许多个小的图书馆。学校礼堂宏伟、漂亮。我们学校的图书馆有许多珍贵的书籍和报刊，足以让各位专家学者、老师和学生查询和参考。我们学校有许多教室，各教室都宽敞、明亮。教室里面都配备了各种必要的教学设施如黑板、桌椅、电风扇、空调、电脑和投影仪等。我们学校也有很多宿舍。我们的宿舍通风、干净。我们的寝室齐全各种生活设施如铁床、电风扇、热水器，此外还有桌椅、衣柜和书架等。

  我们的学校分成多个院系。我是东南亚语言文化学院的学生。我们系有6个专业，包括越南语、泰语、缅甸语、老挝语、印度尼西亚语、马来西亚语。我是学越南语专业的学生。热烈欢迎各位来探访我们的学校。

第五课 我们的学校

TỪ MỚI 生词

1	góc 角，角落	28	đông 人多，众多
2	dân tộc 民族	29	mở rộng 扩大，增大
3	hả 语气词（表示疑问）	30	lạ 奇怪
4	cây cối 树木	31	nhà ở 住房
5	đi dạo 游逛、散步	32	kể cả 就连，包括
6	vườn trường 校园	33	đất đai 土地
7	rừng xanh 绿树林，绿林	34	sở hữu cá nhân 个人私有，私有
8	hồ Tương Tư 相思湖	35	làng sinh viên 学生公寓，俗称"学生村"
9	về 关于	36	bình thường 平常，平时
10	câu chuyện 故事	37	xe bus trong trường 校园公交车
11	lãng mạn 浪漫	38	thuận tiện 方便，便利
12	kể 讲述	39	thế kỷ 世纪
13	uyên ương 鸳鸯	40	chủ yếu 主要
14	cầu 桥，桥梁	41	không ngừng 不断
15	đình 亭，亭子	42	đáp ứng nhu cầu 满足需求
16	xinh, đẹp 漂亮，美丽	43	nước hồ trong mát 湖水清澈
17	trai tài 帅哥，才子	44	không khí trong lành 空气清新
18	gái xinh 美女，靓女	45	cây cối xanh tươi 树木苍翠
19	nhất là 尤其是	46	hoa đua nở 花儿竞放
20	rảnh rỗi 有空，空闲	47	xinh xinh 小小的，小巧的
21	thật 真的，的确	48	đồ sộ 宏伟
22	mà 而	49	đẹp đẽ 漂亮，美丽
23	trêu 逗，逗乐	50	chuyên gia 专家
24	văn phòng（旧）文房，办公室	51	tra cứu 查询，查阅
25	hội trường 礼堂，会堂	52	tham khảo 参考
26	giảng đường 讲堂，教室，教学楼	53	phòng học 教室；书房
27	chật 窄，窄小	54	rộng rãi 宽敞

55	sáng sủa 明亮，敞亮	69	bình nước nóng 热水器
56	trang bị 装备；安装	70	tủ 柜子
57	thiết bị 设备	71	giá sách 书架
58	dạy học 教学	72	chia thành 分为，分成
59	cần thiết 必须的，必要的	73	khoa 系，院系
60	quạt điện 电扇，电风扇	74	ngôn ngữ 语言
61	điều hòa 空调	75	văn hóa 文化
62	máy tính 电脑	76	tiếng Thái-lan 泰语
63	máy chiếu 投影机	77	tiếng Miến Điện 缅甸语
64	thoáng khí 通气，通风透气	78	tiếng Lào 老挝语
65	phòng ở 寝室	79	tiếng In-đô-nê-xi-a 印度尼西亚语
66	đầy đủ 齐全	80	tiếng Ma-lai-xi-a 马来西亚语
67	tiện nghi 设备，设施	81	nhiệt liệt 热烈
68	giường sắt 铁床		

III. Ghi chú ngữ pháp 语法注释

1. 越南语基本句型（五）：…có phải là…không? Có phải…không? 和…có phải không?

1) …có phải là…không? 如：

Bạn có phải là sinh viên không? 你是学生吗?

2) có phải … không? 如：

Có phải bạn là sinh viên không? (是否你是学生？) 你是学生吗?

3) …có phải không? 如：

Bạn là sinh viên có phải không? 你是学生对吗?

2. rất和lắm等程度副词的用法。

(1) rất 和 lắm 是常用的程度副词，二者都表示"很"的意思，其区别在于：

+rất 放在形容词前，如：*rất* xinh（很漂亮）；Nó học *rất* giỏi. 他学得很好。

+lắm 放在形容词后，如：đẹp *lắm*（很美）；Nó nói tiếng Việt giỏi *lắm*. 他越语说得很好。

第五课　我们的学校

　　*rất和lắm的否定形式都是"không +形容词+lắm/mấy",如:

　　-Nó học *không giỏi lắm.* 他学习不太好。

　　-Cháu thấy cháu nói tiếng Việt *không sõi mấy.* 我觉得我越语说得不太地道。

　　+lắm还可以直接作形容词用,也表示"多"的意思,如:

　　-Nó *lắm tiền* quá. 他有的是钱/他有大把的钱。

　　-Mày thật là *lắm chuyện.* 你真是多嘴!

　　此外,还有其他的程度副词,用法如下:

(2) hết sức非常:"hết sức +动词/形容词"表示"非常……",如:hết sức cảm ơn 非常感谢,*hết sức* cố gắng非常努力,*hết sức* độc đáo非常独特。

(3) quá太:"形容词+quá"表示"非常……,太……",如:Hay quá太好了。Đẹp quá 好漂亮啊。

　　+"quá +形容词"表示"极其……",简直让人不敢相信,如:

　　-Nó chạy *quá nhanh!* 他跑得太快了。(快得让人几乎不敢相信。)

　　-Người xưa làm được công trình thế này, *quá giỏi!*

　　古人能够做出这样的工程,真是太厉害了。

(4) khá相当:"khá+形容词"表"相当……",如:Nó chạy *khá* nhanh. 他跑得相当快。

　　+单独用时表示"不错"或"一般",如:

　　-Bạn Mai đọc *khá.* 阿梅读得不错。

　　-Nó học *khá* thôi. 他学得一般。

(5) cực kỳ极其:"cực kỳ+形容词",也可以"形容词+ cực kỳ",都表示"极其……",如:

　　-Nó chạy *cực kỳ nhanh*= Nó chạy *nhanh cực kỳ*。他跑得极快/他跑得快极了。

(6) vô cùng无比:用法与cực kỳ一样,既可以放在形容词前,也可以放在形容词后,都表示"无比……",如:Ông ta *vô cùng xúc động*=Ông ta *xúc động vô cùng.* 他无比的激动。

(7) càng更加:

　　+ "càng+形容词"表示"更加……",形容词后面还可以加上hơn,也表示程度更高,如*càng đẹp hơn*更漂亮, *càng cao hơn*更高。

　　+càng还可以重复连着用,组成"càng+形容词+càng+形容词",表示"越……越……",如:

　　-Cô bé này *càng* lớn lên *càng* thông minh rồi. 这小姑娘越大越聪明了。

　　+而"càng+ngày+càng+形容词"或者"ngày càng+形容词",表示"日益……","越来越……",如:

-Cô bé này *càng ngày càng* thông minh.= Cô bé này ngày càng thông minh.
这小姑娘越来越聪明了。

(8) hơi 稍:"hơi+形容词"表示"稍微……"、"有点……",如:

-Tôi thấy *hơi* mệt. 我觉得有点累。

-Phòng này *hơi* rộng đấy. 这个房间挺宽敞的。

(9) nhất 最:"形容词+nhất"表示最高级,如:

-Anh ấy cao *nhất*. 他最高。

-Chị ấy học giỏi *nhất* trong lớp. 她在班上学得最好。

3. 关于定语及表示从属关系的关联词 **của** 的用法。

(1) 定语是名词的附加成分,用来修饰、限定名词。在越语中,除了表示数量的定语放在名词前面,如:Một sinh viên, hai người,其他定语都放在名词后面,这是越南语与汉语在语法上的最重要和最明显的区别,如:cô gái xinh đẹp 漂亮的姑娘,cán bộ nhà nước 国家干部,lưu học sinh Việt Nam 越南留学生。

(2) của 常常与它后面的名词或代词组合在一起作定语,它把定语和中心词两个成分连接起来,表示从属关系,相当于汉语表示领属关系的"的",但在越语中,中心词放在 của 的前面,定语放在 của 的后面。如:sách của tôi 我的书,lớp học của chúng tôi 我们的教室,phương pháp học tập của chúng tôi 我们的学习方法。

+当中心词是指亲属、组织机构、身体的一部分时,của 常常省去不用,如:bố mẹ tôi 我的父母,gia đình tôi 我的家庭,lớp chúng tôi 我们班,nước chúng ta 咱们的国家,tay chị ấy 她的手。

IV. Kiến thức mở rộng 扩充知识

赴越留学生需要了解的越南部分著名高校名称及校内常见行政部门名称:

1. Tên gọi của các trường đại học nổi tiếng Việt Nam 越南部分著名高校名称:	
Ở TP. Hà Nội 在河内市的:	
Đại học Khoa học Xã hội & Nhân Văn Đại học Quốc gia Hà Nội (Đại học KHXH&NV ĐHQGHN)	河内国家大学所属社会科学与人文大学
Đại học Ngoại ngữ ĐHQGHN	河内国家大学所属外国语大学
Đại học Khoa học Tự nhiên ĐHQGHN	河内国家大学所属自然科学大学
Đại học Ngoại ngữ Hà Nội	河内外国语大学
Đại học Bách khoa Hà Nội	河内百科大学

Đại học Kinh tế Quốc dân	河内国民经济大学
Đại học Ngoại thương Hà Nội	河内外贸大学
Đại học thương mại Hà Nội	河内商业大学
Đại học Văn Hóa	文化大学
Học viện Tài chính	财政学院
Học viện Hành chính	行政学院
Đại học Kiến Trúc Hà Nội	河内建筑大学
Đại học Giao thông Vận tải	交通大学
Đại học Sư phạm 1 Hà Nội	河内第一师范大学
Đại học Điện lực	电力大学

Ở TP. HCM 在胡志明市的:

Đại học Khoa học Xã hội & Nhân Văn ĐHQG TP.HCM	胡志明市国家大学所属社会科学与人文大学
Đại học Khoa học Tự nhiên ĐHQG TP.HCM	胡志明市国家大学所属自然科学大学
Đại học Kinh tế TP.HCM	胡志明市经济大学
Đại học Kinh tế - Tài chính TP.HCM	胡志明市财经大学
Đại học Kinh tế - Luật TP.HCM	胡志明市经济法律大学
Đại học Văn hóa TP.HCM	胡志明市文化大学
Đại học Ngoại thương cơ sở phía Nam	外贸大学南方分校
Đại học Luật TP.HCM	胡志明市政法大学
Đại học Sư phạm TP.HCM	胡志明市师范大学
Đại học Sân khấu - Điện ảnh TP.HCM	胡志明市电影电视艺术大学
Đại học Y Dược TP.HCM	胡志明市医药大学
Đại học Y khoa Phạm Ngọc Thạch	范玉石医科大学
Đại học Kiến Trúc TP.HCM	胡志明市建筑大学
Đại học Giao thông Vận tải TP.HCM	胡志明市交通大学
Đại học Ngân hàng TP.HCM	胡志明市银行大学

Đại học Nông Lâm TP.HCM	胡志明市农林大学
Đại học Sài Gòn	西贡大学
Đại học Hùng V**ươ**ng	雄王大学
Đại học Tôn Đức Thắng	孙德胜大学

Ở Thành phố khác 在其他城市的：

Đại học Kinh tế Đà Nẵng	岘港经济大学
Đại học ngoại ngữ Đà Nẵng	岘港外语大学
Đại học Sư Phạm Đà Nẵng	岘港师范大学
Đại học Kiến trúc Đà Nẵng	岘港建筑大学
Đại học Công nghệ Đà Nẵng	岘港电子信息技术大学
Trường Đại học Sư phạm Huế	顺化师范大学
Trường Đại học Y khoa Huế	顺化医科大学
Trường Đại học Nông lâm Huế	顺化农林大学
Trường Đại học kinh tế Huế	顺化经济大学
Trường Đại học Khoa học Huế	顺化科技大学
Đại học Hải Phòng	海防大学

2. Tên gọi của các bộ môn thường gặp trong trường đại học 越南高校内常见部门名称：

Văn phòng Đảng ủy	党委办公室
Ban chấp hành công đoàn	工团执行委员会（即中国的"工会"）
Ban giám hiệu	管理委员会
Phòng Hành chính – Quản trị	行政管理办公室
Phòng Hành chính tổng hợp	综合行政办公室
Phòng Kế toán – Tài vụ	财务室（部、处）
Phòng Đối ngoại và Hợp tác đào tạo quốc tế	国际交流与合作办公室（部、处）
Phòng quản lý nghiên cứu khoa học	科研管理办公室（部、处）
Phòng Khoa học - Công nghệ	科技办公室（部、处）
Phòng Tổ chức cán bộ / Phòng Đào tạo cán bộ	干部培训室（部、处）

Ban Thanh tra đào tạo	教育培训监察部（处）（教育教学发展中心）
Trung tâm Kiểm định và đảm bảo chất lượng đào tạo	培训质量鉴定与保障中心
Tổ Công nghệ Thông tin	信息技术部
Phòng Chính trị và Công tác sinh viên	学生工作与政治处（学工部/学工处）
Phòng Đào tạo Sau đại học	研究生办公室
Đoàn thanh niên	校团委
Hội sinh viên	学生会

V. Bài tập 练习

1. 请同桌之间参照会话内容进行对话练习，互相介绍自己学校或母校的概况。
2. 请区别本课所学句型（五）当中的三个句型并分别造句。
3. 请区别越南语程度副词rất、lắm、hết sức、quá、khá、cực kỳ、vô cùng、càng、hơi、nhất的用法并分别造句。
4. 请根据实际情况回答以下问题，同时进行口头对话练习。

    (1) Chào em. Em học ở trường nào đấy?
    _____

    (2) Trường em ở đâu? Em học chuyên ngành gì ở trường?
    _____

    (3) Trường em là một nhà trường như thế nào?
    _____

    (4) Trường em có rộng không? Trong trường em có xe bus trong trường không?
    _____

    (5) Bình thường em đi học như thế nào? Phải mất thời gian bao lâu?
    _____

    (6) Trường em có bao nhiêu sinh viên?
    _____

5. 请参照语法注释部分，将下列句子翻译成越南语，注意画线部分的越语表达法。

    (1) 我觉得法语<u>很难学</u>，日语<u>不太难</u>，所以我选修日语。
    _____
    _____

(2) 最近他吃得越来越多，但却日渐消瘦下去。

(3) 非常感谢大家对我的理解。

(4) 他懒极了，就连饭都不愿意下楼去吃。

(5) 她是我们班中最勤奋的同学，也是学习最好的同学。

(6) 老师说得太快了，我听不清楚。请老师再说一遍可以吗？

(7) 听到老师的表扬，他无比激动。

(8) 我觉得今天天气有点冷，或许因为我穿得太少了。

(9) 这一顿小雄吃得相当多，或许他饿极了。

(10) 我们是学旅游管理专业的学生。我们的学校在南宁西郊。我们学校有繁茂的树木，还有一个美丽的湖叫相思湖。

6. 请参照课文内容并根据实际情况，以"trường chúng tôi"或"trường cũ của tôi"为题写一篇短文，向大家介绍自己的学校或者母校。

BÀI 6   LỚP CHÚNG TÔI
第六课   我们班

I. Hội thoại 会话

Tình huống 1   Buổi học đầu tiên của năm học mới
情景1   新学年的第一次课

A: Sao cậu đến sớm thế?   你怎么来这么早啊?

B: Tớ đến có sớm đâu? Sắp lên lớp rồi đấy.   哪里早啊? 快要上课了。

A: Cậu có biết lớp trưởng của lớp mình là ai không?   你知道我们班的班长是谁吗?

B: Có chứ. Lớp trưởng là chị Hoa, đang ngồi kia kìa.
   知道。我们的班长是华姐,正坐在那边呢。

A: Ồ, chị ấy xinh nhỉ? Thế ai dạy chúng ta môn tiếng Việt nhỉ?
   哦,她好漂亮啊。那谁教我们越语课呢?

B: Cô giáo tiếng Việt của chúng ta là cô Bình.   我们的越语老师是萍老师。

A: Cô ấy là một người như thế nào?   她是个什么样的人呢?

B: Nghe nói cô ấy kiến thức sâu rộng, kinh nghiệm dồi dào, lại có tinh thần trách nhiệm rất cao đấy.   听说她知识渊博,经验丰富,并且有很强的责任心呢。

A: Thế à? Thế thì hay quá.   这样呀,那就太好了!

Tình huống 2   Trong giờ học
情景2   在课堂上

A: Chào em. Em tên là gì?   你好。你叫什么名字?

B: Dạ, thưa thầy, em tên là Trần Phượng ạ.   老师,我叫陈凤。

A: Em học lớp nào?   你是哪个班的?

B: Dạ, thưa thầy, em học ở lớp Kinh tế và Thương mại Quốc tế 6 ạ.
   哦,老师,我是国际经济与贸易6班的。

A: Lớp em có bao nhiêu người?   你们班有多少人?

B: Dạ, thưa thầy, lớp em có 35 người, gồm 24 bạn nam và 11 bạn nữ ạ.
   我们班有35个人,有24个男生,11个女生。

53

A: Ồ, bạn nam đông hơn hai lần bạn nữ ấy nhỉ? Thế chủ nhiệm lớp của lớp em là thầy/ cô nào? 哦，男生是女生的两倍多呢。那你们班的班主任是谁？

B: Dạ, chủ nhiệm lớp của chúng em là cô Mai ạ. 我们的班主任是梅老师。

A: Các em học tổng cộng mấy môn học? 你们总共学几门功课啊？

B: Tất cả có 8 môn ạ, có tiếng Việt, tiếng Anh, Triết học, Thương mại quốc tế v.v.
总共有8门，有越南语、英语、哲学、国际贸易等等。

A: Thế một tuần các em học bao nhiêu tiết? 那你们一周要上多少节课？

B: Chúng em một tuần phải học 31 tiết cơ. Buổi sáng và buổi chiều đều lên lớp, buổi tối tự học. 我们一周要上31节课呢。上午和下午上课，晚上自学。

A: Ừ, cũng vất vả nhỉ. Nhưng các em vẫn phải chịu khó học tập, để mai sau góp phần xây dựng tổ quốc.
哦，也挺辛苦的。但你们还是得刻苦学习，以后为建设祖国做贡献。

B: Dạ, vâng ạ, cảm ơn sự khích lệ của thầy, chúng em sẽ cố gắng ạ.
嗯，谢谢老师的鼓励，我们会努力的。

II. Bài học 课文

LỚP CHÚNG TÔI

Lớp chúng tôi là lớp Kinh tế & Thương mại Quốc tế 6 khóa 2015. Lớp chúng tôi có 45 sinh viên, 21 nam sinh và 24 nữ sinh. Chúng tôi ở các nơi đến đây, cùng ăn cùng ở cùng học tập. Chúng tôi chăm sóc nhau, giúp đỡ nhau, thương yêu nhau như anh em một nhà.

Chúng tôi học nhiều môn học. Mỗi tuần chúng tôi lên lớp 32 tiết, buổi sáng và buổi chiều lên lớp, buổi tối tự học hoặc đi thư viện xem sách, có khi còn đi tham dự góc tiếng Việt tập nói tiếng Việt để nâng cao khẩu ngữ, có khi cũng đi chơi.

Chị Hoa là lớp trưởng. Chị ấy là người Quế Lâm, chị ấy trông rất xinh. Chị ấy vui tính, chăm học và gần gũi mọi người. Chúng tôi rất yêu mến chị ấy.

Cô giáo tiếng Việt của chúng tôi là cô Bình. Cô ấy kiến thức sâu rộng, kinh nghiệm dồi dào và có tinh thần trách nhiệm cao. Chúng tôi rất quý cô ấy. Chúng tôi đều cố gắng học giỏi môn chuyên ngành và môn tiếng Anh, tiếng Việt, để mai sau góp phần vào việc xây dựng tổ quốc.

Đó là lớp chúng tôi, một tập thể hết sức đoàn kết và đầm ấm. Chúng tôi yêu mến tập thể đầm ấm của chúng tôi.

第六课　我们班

我们班

　　我们班是2015级国际经济与贸易6班。我们班有45个同学，21个男生和24个女生。我们从各地聚集到这里，同吃同住同学习。我们互相照顾，互相帮助，像亲兄弟一样相亲相爱。

　　我们学很多门功课。每周我们上32节课。上午和下午上课，晚上自学或到图书馆看书，有时去参加越语角练说越语以提高口语，有时也去玩。

　　阿华是我们班的班长。她是桂林人，很漂亮。她性格开朗，勤奋学习并且平易近人。我们都很喜欢她。

　　我们的越语老师是萍老师。她知识渊博，经验丰富并且有着很强的责任心。我们都很喜欢她。我们都努力学好专业课、越南语和英语，以便今后为建设祖国作贡献。

　　这就是我们班，一个非常团结而温暖的集体。我们都热爱这个温暖的集体。

TỪ MỚI 生词

1	đầu tiên 首先、最先	16	thương mại quốc tế 国际贸易
2	năm học 学年	17	gồm 包括
3	sớm（时间）早	18	tổng cộng 总共
4	lớp trưởng 班长	19	môn học 课程，学科
5	kia kìa（较远的）那边	20	tất cả 全部，所有
6	chủ nhiệm 主任	21	triết học 哲学
7	kiến thức sâu rộng 知识渊博	22	tự học 自学，自习
8	kinh nghiệm dồi dào 经验丰富	23	vẫn 仍然
9	lại 却，又	24	chịu khó 刻苦
10	tinh thần 精神	25	góp phần 为……做出贡献
11	trách nhiệm 责任	26	tổ quốc 祖国
12	hay 好，精彩，优秀	27	khích lệ 鼓励，激励
13	giờ học 学习的时间，课堂	28	khóa 届
14	khoa 系，院系	29	chăm sóc 照顾
15	kinh tế 经济	30	giúp đỡ 帮助

31	thương yêu 相亲相爱		37	yêu mến 爱戴
32	tham dự 参加		38	quý 珍贵，珍惜
33	nâng cao 提高		39	tập thể 集体
34	khẩu ngữ 口语		40	hết sức 十分，非常，极其
35	chăm học 勤学，勤奋		41	đoàn kết 团结
36	gần gũi 亲近，平易近人		42	đầm ấm 温暖

III. Ghi chú ngữ pháp 语法注释

1. 越南语基本句型（六）：连动句式：主语+动词1+（补语1）+动词2+（补语2）

-Hôm qua tôi <u>đi</u> công viên <u>chơi</u>. 昨天我去公园玩。

  主语　动词1　补语1　动语2

-Anh ấy <u>đi</u>　thư viện　<u>xem</u>　sách. 他去图书馆看书。

 主语 动词1 补语1 动词2 补语2

2. xinh 和 đẹp 的区别用法。

(1) xinh 用于指人的漂亮，尤其是年轻女性的漂亮，如：

  Chị ấy rất *xinh*. 她很漂亮。

(2) đẹp 既可以用于指人的漂亮，如：Anh ấy rất *đẹp* trai. 他长得很帅。也可以用于指物的漂亮，好看，如：Hoa này *đẹp* quá. 这花真漂亮。Ngôi nhà này *đẹp* thế! 这栋房子这么漂亮！

(3) 习惯用法：cô *xinh gái* 美女，chàng *đẹp trai* 帅哥。

(4) xinh 和 đẹp 也可以连用成 xinh đẹp，也用于形容女性的漂亮，如：

  -Ở trường chúng tôi có rất nhiều bạn gái *xinh đẹp*. 在我们学校有很多美女。

3. Khó chịu 与 chịu khó 的区别。

(1) khó chịu 指身体上感觉难受，如：

  Em thấy *khó chịu* trong họng. 我觉得喉咙难受。

 与 khó chịu 相反的是 dễ chịu，意思是"舒服"、"舒适"，如：

  -Mùa thu trời khô ráo, mát mẻ, rất *dễ chịu*. 秋天天气干爽，凉快，很舒服。

(2) chịu khó 从字面上解释是指"受得了苦"，即"刻苦"，如：

  -Chúng ta phải *chịu khó* học tập. 我们要刻苦学习。

  -Nó làm việc rất *chịu khó*. 他工作很能吃苦耐劳。

4. Góp phần 的用法。

Góp phần 是"为……作贡献"的意思，用法有4种：

(1) góp phần + 动补成分，如：*góp phần* xây dựng tổ quốc 为建设祖国作贡献。

(2) góp phần + vào/cho + việc + 动补成分，如：

góp phần vào/cho việc xây dựng tổ quốc 为建设祖国作贡献。

(3) góp phần + cho + 名词，如：*góp phần cho* tổ quốc 为祖国作贡献。

(4) góp phần + trong + việc + 动补成分，指"在……方面作了贡献"，如：

-Con người cũng *góp phần* không nhỏ *trong việc* làm đẹp thêm bộ mặt của thiên nhiên. 人类也为把大自然装扮得更美丽作出了不小的贡献。

IV. Kiến thức mở rộng 扩充知识

1. Chế độ giáo dục Việt Nam 越南的教育制度：

(1) Giáo dục mầm non 幼儿教育：

  Nhà trẻ, 2-3 tuổi   托儿所，2—3岁

  Mẫu giáo, 3-6 tuổi   幼儿园，3—6岁

(2) Giáo dục phổ thông (12 năm) 普通教育（12年）：

  Cấp Ⅰ: Giáo dục tiểu học: lớp 1, lớp 2, lớp 3, lớp 4, lớp 5

    小学教育 一、二、三、四、五年级

  Cấp Ⅱ: trung học cơ sở: lớp 6, lớp 7, lớp 8, lớp 9

    初级中学（初中）初一，初二，初三，初四

  Cấp Ⅲ: trung học phổ thông: lớp 10, lớp 11, lớp 12

    高级中学（高中）高一，高二，高三

(3) Giáo dục trung cấp dạy nghề 中等职业教育：

  +Trường trung cấp dạy nghề 职业中学：

   - Loại 3-4 năm (nhập học phải có bằng tốt nghiệp cấp Ⅱ)

  3—4年（持初中毕业证入学）；

   - Loại 1-2 năm (nhập học phải có bằng tốt nhiệp cấp Ⅲ).

  1—2年（持高中毕业证入学）

  +Trường đào tạo kỹ thuật 技术培训学校：

   - Có loại thời gian ngắn hơn 1 năm và loại dài 1-3 năm.

  有一年以下的短期培训，也有1—3年的长期培训

(4) Giáo dục ở bậc cao đẳng đại học 高等教育：

   - Cao đẳng: 3 năm. 大专，3年

- Đại học chính quy: 4 năm. 大学本科，4年（获学士学位）

    5-6 năm. 大学本科，5—6年（如医科类）（获学士学位）

- Đại học tại chức: 1-3 năm. 在职大学，函授班，1—3年

(5) Giáo dục sau đại học 研究生教育：

+ Học viên cao học 3 năm. (nhận bằng thạc sĩ) 硕士研究生，学制3年（获硕士学位）

+ Nghiên cứu sinh (nhận bằng tiến sĩ) 博士研究生（获博士学位），分两种：

- 3-4 năm(có bằng thạc sĩ) 3—4年（持硕士学位证入学的）

- 5 năm (có bằng cử nhân) (cũng gọi là chuyển tiếp sinh)
5年（持学士学位证书入学的）（也叫硕博连读）

2. Các môn học 各科目：

môn Ngữ văn 语文	môn Toán 数学	môn Âm nhạc 音乐
môn Quân sự 军训课	tập quân sự 军训	môn Triết học 哲学
Cơ sở pháp luật 法律基础	môn Thể thao 体育	môn thể hình 形体健美课
môn Ngoại ngữ 外语	môn Phát âm 发音课	môn Cơ sở 基础课
môn Nghe hiểu 听力课	môn Nghe nói 听说课	môn Nghe đài 外台听力
môn Văn học 文学课	môn Khẩu ngữ 口语课	Viết văn ứng dụng 应用文写作
môn Đọc hiểu 阅读课	môn Đọc lướt 略读	môn Đọc kỹ 精读
môn Dịch 翻译课	môn Dịch nói/phiên dịch 口译	môn Dịch viết/biên dịch 笔译

V. Bài tập   练习

1. 请同桌之间参照会话内容进行对话练习，互相介绍自己的班级情况。
2. 请参照本课所学越南语基本句型（六）进行造句练习。
3. 请根据你的实际情况完成以下师生对话，同时进行口头对话练习。

- Em cho cô hỏi, em học lớp nào?

-_____

-Em học chuyên ngành gì?

-_____

-Lớp em có bao nhiêu người? Bao nhiêu nam sinh và bao nhiêu nữ sinh?

-_____

第六课　我们班

-Chủ nhiệm lớp của lớp em là ai? Thầy/cô ấy là một người như thế nào?
-_____

- Lớp trưởng của lớp em là ai? Bạn ấy là một người như thế nào?
-_____

-Lớp em một tuần học bao nhiêu tiết?
-_____

-Em học những tiếng gì vậy?
-_____

-Em thấy tiếng Việt có khó không?
-_____

-Em thấy tiếng Anh khó hơn hay tiếng Việt khó hơn?
-_____

-Lớp em học tổng cộng mấy môn học và học những môn gì?
-_____

-Giờ giấc học tập của các em như thế nào?
-_____

-Buổi tối lớp em có phải đi học không?
-_____

-Buổi tối các em thường làm gì?
-_____

-Một tuần các em học mấy ngày?
-_____

-Cuối tuần các em thường làm gì?
-_____

-Em thấy lớp em là một tập thể như thế nào?
-_____

4. 请参照góp phần的各种用法并分别造句。

(1) góp phần+ 动补成分：_____

_____

(2) góp phần + vào/cho + việc：_____

_____

(3) góp phần +cho +名词：_____

_____

(4) góp phần + trong + việc：_____

_____

5. 请参照课文内容并根据实际情况写一篇短文，向大家介绍你的班级情况。

BÀI 7 NGÀY, THÁNG, NĂM
第七课 年、月、日

I. Hội thoại 会话

Tình huống 1 Em sinh vào ngày tháng năm nào?
情景1 你于哪年哪月哪日出生？

A: Chào em, em sinh ngày tháng năm nào nhỉ?
  你好。你是哪年哪月哪日出生的呢？

B: Thưa cô, em sinh ngày 20 tháng 11 năm 1995 ạ. Năm nay em 22 tuổi rồi ạ.
  老师，我于1995年11月20日出生。今年我22岁了。

A: Thế em sinh đúng vào ngày Hiến chương các nhà giáo Việt Nam nhỉ.
  那你出生于越南的教师节哦。

B: Thế ạ? Thế người Việt Nam chúc mừng ngày nhà giáo thế nào hả cô?
  是吗？那越南人是怎么庆祝教师节的呢？

A: Trong ngày ấy, học sinh Việt Nam thường tặng quà hoặc tặng hoa cho các thầy cô giáo để tỏ lòng biết ơn tới các thầy cô đã dạy dỗ mình.
  在教师节那天，越南学生通常送礼物或送花给老师以表达对老师的感谢之情。

B: Hôm nay là ngày bao nhiêu rồi cô nhỉ? 今天是几号？

A: Hôm nay ngày 18 rồi, còn hai ngày nữa là đến sinh nhật em rồi đấy. Em định chúc mừng sinh nhật như thế nào?
  今天是18号了，还有两天就到你生日了呢。你计划怎么庆祝你的生日啊？

B: Em sẽ mời một số bạn thân đi ăn cơm, sau đó đi hát ka-ra-ô-kê.
  我打算请一些好朋友去吃饭，然后去唱卡拉OK。

A: Thế nhân đây cô chúc em sinh nhật vui vẻ nhé! 那我在此提前祝你生日快乐啊！

B: Dạ, cảm ơn cô ạ. 谢谢老师。

Tình huống 2 Cậu có người yêu chưa?
情景2 你有男朋友了吗？

A: Thùy Liên ơi, cậu năm nay bao nhiêu tuổi rồi? 垂莲啊，你今年多大了？

B: Tớ 21 rồi. Còn cậu, cậu cũng 21 phải không? 我21了。你呢？你也是21对吗？

A: Không, tớ 24 rồi. 不，我24了。

B: Thế à? Thế cậu trông trẻ hơn tớ. 是吗？那你看起来比我年轻。

A: Cậu có người yêu chưa? 你有男朋友了吗？

B: Rồi, tớ có rồi. Anh ấy năm nay 25 tuổi. 是的，我有男朋友了。他今年25岁。

A: Anh ấy làm nghề gì? 他做什么工作呢？

B: Anh ấy là kỹ thuật viên. Anh ấy năm ngoái vừa tốt nghiệp Đại học Xây dựng.
他是个技术员。他去年才从建设大学毕业。

A: Anh ấy đang làm việc ở đâu? 他现在在哪里工作？

B: Anh ấy đang làm việc ở Công ty Xây dựng Lê Minh. Còn cậu, cậu có người yêu chưa?
他在黎明建设公司工作。你呢，你有男朋友了吗？

A: Chưa. 还没有。

B: Thế cậu thích những chàng trai như thế nào? 那你喜欢什么样的男生啊？

A: Tớ thích những chàng trai thông minh và chín chắn.
我喜欢聪明而且成熟的男生。

B: Sao cậu không chọn anh trai tớ? Anh ấy rất thông minh đấy.
那你为什么不选择我的哥哥？他很聪明呢。

A: Anh ấy năm nay bao nhiêu tuổi? 他今年多大了？

B: Anh ấy tuổi mèo, năm nay 32 tuổi. 他是属猫的(即中国的兔年)，今年32岁。

A: Ồ, rất tiếc, anh ấy hơi già. 哦，很可惜，他有点偏大了。

B: Không sao. Anh ấy là một người rất tốt, biết chăm sóc người khác. Sau này cậu sẽ cảm thấy hạnh phúc thôi. Anh ấy yêu cậu nhưng không dám nói.
没关系的。他是一个很和善的人，会照顾人。以后你会觉得幸福的。我哥哥喜欢你却不敢说。

II. Bài học 课文

CÁC NGÀY LỄ Ở VIỆT NAM

Cũng như nhiều nước trên thế giới, Việt Nam chào đón năm mới dương lịch vào ngày mùng một tháng một hằng năm.

Tết Nguyên đán, cũng gọi là Tết âm lịch, thường đến vào tháng hai dương lịch. Trong dịp Tết Nguyên đán, nhân dân Việt Nam được nghỉ ba ngày: Ngày cuối cùng của năm cũ và ngày mùng một, mùng hai tháng giêng năm mới. Tết Nguyên đán là ngày tết lớn nhất và có ý nghĩa nhất đối với người Việt Nam. Trong dịp Tết, các thành viên trong gia đình thường trở về quê hương họp mặt, chúc tết bố mẹ và hỏi thăm họ hàng cùng bà con láng giềng.

Mùng 1 tháng 5 là ngày Quốc tế Lao động. Trong dịp này, những người lao động Việt Nam được nghỉ hai ngày: Ngày 30 tháng 4 (nhân dịp giải phóng miền Nam) và ngày mùng 1 tháng 5.

Kỷ niệm Quốc khánh Việt Nam, nhân dân Việt Nam được nghỉ hai ngày: mùng 2 và mùng 3 tháng 9.

Ngoài ngày Quốc tế Phụ nữ 8/3 ra, Việt Nam còn có ngày Phụ nữ Việt Nam của riêng mình là ngày 20 tháng 10 hằng năm. Trong dịp này, phụ nữ Việt Nam đều mặc áo dài đẹp để chúc mừng, và các bạn nam thường tặng hoa hoặc tặng quà cho các bạn nữ. Có một số bạn nam còn nhân dịp này thổ lộ với người con gái mà mình yêu nữa cơ.

越南的节假日

也像世界上许多国家，越南于每年的1月1日迎接阳历新年。

春节，也叫阴历新年，常常是在阳历2月份。春节时，越南人民可以休息三天：旧年的最后一天和新年的正月初一、初二。对于越南人来说，春节是一年中最大的并且最有意义的节日。在春节的时候，家里的每个成员常常返回家乡与家人团聚，给父母拜年并向邻居亲友等拜年问候。

5月1日是国际劳动节。在这个时候，越南的劳动人民可以休息两天：4月30日（南部解放纪念日）和5月1日。

庆祝越南国庆，越南人民可以休息两天：9月1日、2日。

除了3月8日国际妇女节以外，越南还有自己的越南妇女节，即每年的10月20日。在这个时候，越南妇女都穿上漂亮的奥黛以示庆祝。而男生常常给女生送花或赠送礼物。有一些男生还趁这个时候向自己喜欢的女生表达爱慕之情呢。

TỪ MỚI 生词

1	chúc mừng 祝贺	7	dạy dỗ 教导，教育
2	hiến chương 宪章	8	sinh nhật 生日
3	tặng 赠送，馈赠	9	định 打算
4	tỏ lòng 表达……之情	10	nhân đây 趁着……机会，借机
5	tới 到，到达	11	chăm sóc 照顾
6	ngày nhà giáo 教师节	12	biết ơn 感恩，感谢

13	trông 看	26	năm mới 新年
14	vừa 刚，刚刚	27	tết Nguyên đán 春节
15	kỹ thuật viên 技术员	28	dịp 机会，时机
16	xây dựng 建设，建筑	29	ý nghĩa 意义
17	chàng trai 男生，小伙子	30	họp mặt 聚会，会面，会晤
18	áo dài 长袍，奥黛	31	chúc tết 拜年
19	chín chắn 成熟	32	họ hàng 亲戚
20	chọn 选择	33	bà con 乡亲们
21	tiếc 遗憾，可惜	34	láng giềng 邻居，毗邻
22	dám 敢	35	giải phóng 解放
23	thế giới 世界	36	kỷ niệm 纪念
24	chào đón 迎接	37	quốc khánh 国庆
25	dương lịch 阳历	38	thổ lộ 吐露，表达

III. Ghi chú ngữ pháp 语法注释

1. 越南语基本句型（七）：处所状语作主语句： 处所状语+动词có +补语

处所状语可以是"ở+名词"，也可以是指示代词 đây, đấy。句子前可以加 ở. 如：

-Ở Bắc Kinh có nhiều công viên đẹp. 在北京有许多美丽的公园。

-Trong vườn có nhiều hoa. 在园子里有许多花。

-Đây có mấy quyển sách? 这里有几本书？

2. 年、月、日的表达法。

越南语中年、月、日的表达顺序与汉语相反，顺序为"ngày…tháng…năm…"，如2008年8月8日表示为 ngày 8 tháng 8 năm 2008.

(1) 年份的读法：1979年 读 năm một nghìn chín trăm bẩy mươi chín，口语中也可以直接读 năm một chín bẩy chín 或79年 năm bẩy chín。2008年 读 năm hai nghìn không trăm linh tám 或 năm hai nghìn lẻ/linh tám。

(2) 月份的读法：1—12月分别读：tháng một (tháng giêng 阴历正月), tháng hai, tháng ba, tháng tư, tháng năm, tháng sáu, tháng bẩy, tháng tám, tháng chín, tháng mười, tháng mười một, tháng mười hai (tháng chạp 阴历腊月)

(3) 日的读法：1—10号读 (ngày) mồng/mùng một, (ngày) mồng/mùng hai… mồng/

mùng mười.

11—31号读 ngày 11, ngày 12…ngày 31.

(4) 年月日的写法与读法：越南语年月日的写法与汉语相反，汉语是"年—月—日"，越语则是"日—月—年"，如：1949年10月1日，写为：ngày 1 tháng 10 năm 1949，简写为01/10/1949 或01-10-1949，读作 ngày mồng một tháng mười năm một chín bốn chín。

(5) 星期：

星期一thứ hai, 星期二thứ ba, 星期三thứ tư, 星期四thứ năm, 星期五thứ sáu, 星期六thứ bẩy, 星期天（日）chủ nhật.

(6) 季节：

春季mùa xuân, 夏季mùa hè, 秋季mùa thu, 冬季mùa đông, 汉越音读法：xuân, hạ, thu, đông. 旱季mùa khô，雨季mùa mưa，旺季mùa đắt，淡季mùa ế。

(7) 其他：

大前年	前年	去年	今年	明年	后年	大后年
Năm kia nữa	năm kia	năm ngoái	năm nay	sang năm	năm kìa	năm kìa nữa

大前天	前天	昨天	今天	明天	后天	大后天
Hôm kia nữa	hôm kia	hôm qua	hôm nay	ngày mai	ngày kia	ngày kia nữa

上上个月	上个月	这个月	下个月	下下个月
Tháng trước nữa	Tháng trước	tháng này	tháng sau/tới	tháng sau/tới nữa

上上周	上周	这周/本周	下周	下下周
Tuần trước nữa	Tuần trước	tuần này	tuần sau/tới	tuần sau/tới nữa

3. "ngoài … ra" 和 "…ngoài ra…" 的区别用法。

(1) "ngoài … ra" 表示"除了……以外"，常常与còn连用，后面常常还加上nữa，表示"除了……以外,还……"，如：

-Ngoài ngày Quốc tế Phụ nữ mồng 8/3 ra, Việt Nam *còn* có ngày Phụ nữ Việt Nam của riêng mình là ngày 20 tháng 10 hằng năm.

除了3月8日国际妇女节以外，越南还有自己的越南妇女节，即每年的10月20日。

-*Ngoài* chúng ta *ra, còn* có các bạn Việt Nam *nữa*.

除了咱们以外，还有一些越南朋友。

+有时候也可以单说ngoài, 不说ra, 意思不变, 如：

-*Ngoài* anh ấy, không ai phản đối *nữa*. 除了他，没有人反对了。

-Trong cuộc thi đấu lần này, *ngoài* những tuyển thủ trong nước, *còn* có các tuyển thủ đến từ nhiều nước khác.

在这次比赛中，除了国内的选手，还有来自许多其他国家的选手。

(2) "…ngoài ra…" 表示 "……此外……"，常常与 còn 连用，表示 "……此外，还……"，如：

-Chúng tôi học nhiều môn bắt buộc. *Ngoài ra*, chúng tôi *còn* chọn mấy môn tự chọn để học. 我们学很多门必修课。此外，我们还选几门选修课来学。

-Tôi thích đánh bóng rổ và chơi cầu lông, *ngoài ra* tôi *còn* thích hát và bơi. 我喜欢打篮球和羽毛球，此外，我还喜欢唱歌和游泳。

4. để 的多种用法。

(1) để 作关联词，常常在某行为后面，表示目的，如：

-Trong dịp này, phụ nữ Việt Nam đều mặc áo dài đẹp *để* chúc mừng. 在这个时候，越南妇女都穿上漂亮的奥黛以表庆祝。

-Chúng ta phải cố gắng học tập *để* mai sau tìm được việc làm tốt. 咱们要努力学习以便将来找个好工作。

+有时为了表示强调目的，để 也可以放在句首，这时 để 相当于 nhằm mục đích，如：

-*Để* (/nhằm mục đích) cho bố mẹ vui mừng, anh ấy càng chịu khó học tập hơn trước. 为了让父母高兴，他比以前更加刻苦学习了。

(2) để 也可以作实词，有 "放置" 的意思，如：

-Những sách này nên *để* ở đâu? 这些书应该放在哪儿呢？

-Cậu cứ *để* trên bàn đã. 你先放在桌上吧。

5. vừa, vừa mới, vừa rồi, vừa nãy, lúc nãy, vừa qua 的区别用法。

(1) vừa，vừa mới 都表示 "刚刚"，指事情刚发生不久，如：

-Tôi *vừa / vừa mới* ăn xong. 我刚刚吃过。

-Tôi *vừa / vừa mới* đi chợ về. 我刚刚去市场回来。

+此外，二者还可以表示较长一段时间之前刚发生，是一种相对的说法，如：

-Anh ấy năm ngoái *vừa* tốt nghiệp Đại học Xây dựng. 他去年刚从建设大学毕业。

-Tôi vừa *mới* sang Việt Nam được hai tháng. 我刚来越南两个月。

(2) vừa rồi，vừa nãy，lúc nãy 都是时间词，都表示在不久之前，如：

-*Vừa rồi* tôi đang nghe điện thoại. 刚才我在接电话。

- *Vừa nãy* /lúc nãy tôi đang xem TV. 刚才我在看电视。

(3) vừa qua 表示较长一段时间之前，常作定语，如：

-Một năm *vừa qua* em còn đang học tiếng Việt ở Trong nước. 过去的一年我还在国内学习越语。

第七课　年、月、日

-Hai tháng *vừa qua* anh bận gì đấy? Chẳng thấy tin anh gì cả!
前两个月你在忙什么呀？都没有你的一点消息！

+Vừa rồi 也可以作定语，表示较短一段时间之前，如：

-Mấy hôm *vừa rồi* tôi đi công tác xa. 前几天我出差。

IV. Kiến thức mở rộng　扩充知识

1. Các ngày lễ tết của Việt Nam 越南的节假日

-Ngày tết truyền thống（传统节日）：

Mùng một tháng giêng:	Tết Nguyên đán (Tết Âm lịch) 春节
Ngày mười lăm tháng giêng:	Rằm tháng giêng 元宵节
Mùng bốn tháng hai:	Tết Thanh Minh 清明节
Mùng mười tháng ba:	Giỗ Tổ Hùng Vương 雄王忌日
Mùng năm tháng năm:	Tết Đoan Ngọ (giết sâu bọ) 端午节
Ngày mười lăm tháng bảy:	Ngày xóa tội vong nhân 鬼节
Ngày mười lăm tháng tám:	Tết Trung Thu 中秋节

-Ngày lễ dương lịch 阳历节假日：

01-01: Tết dương lịch 元旦

03-02: Ngày thành lập Đảng cộng sản Việt Nam 越南共产党成立日

27-02: Ngày Y tế Việt Nam/Ngày thầy thuốc Việt Nam 越南医药卫生日

08-03: Ngày Quốc tế Phụ nữ 国际妇女节

26-03: Ngày thành lập Đoàn thanh niên cộng sản HCM 胡志明青年团成立日

01-05: Ngày Quốc tế Lao động 国际劳动节

19-05: Kỷ niệm ngày sinh chủ tịch Hồ Chí Minh 胡志明生辰纪念日

01-06: Ngày Quốc tế Thiếu nhi 国际儿童节

27-07: Ngày Thương binh Liệt sĩ 越南伤兵烈士日

02-09: Ngày Quốc khánh Việt Nam 越南国庆节

20-10: Ngày Phụ nữ Việt Nam 越南妇女节

20-11: Ngày Nhà giáo Việt Nam 越南教师节

22-12: Ngày thành lập quân đội nhân dân Việt Nam 越南建军节

25-12: Ngày Nô-en (lễ giáng sinh) 圣诞节（耶稣降生日）ông già Nô-en 圣诞老人

14-02: Ngày tình yêu / ngày Va-len-tin 情人节

01-04: Ngày Cá tháng tư / ngày nói dối 愚人节

67

2. 12 con giáp 十二生肖：

| Chuột 鼠 | trâu 牛 | hổ 虎 | mèo 猫(thỏ兔) | rồng 龙 | rắn 蛇 |
| Ngựa 马 | dê 羊 | khỉ 猴 | gà 鸡 | chó 狗 | lợn 猪 |

3. Thiên can địa chi 天干地支：

天干	甲	乙	丙	丁	戊	己	庚	辛	壬	癸		
	giáp	ất	Bính	Đinh	Mậu	Ký	canh	Tân	Nhâm	quý		
地支	子	丑	寅	卯	辰	巳	午	未	申	酉	戌	亥
	tý	Sửu	dần	Mão	Thìn	Ty	Ngọ	Mùi	Thân	Dậu	Tuất	Hợi

4. Chòm sao 星座：

3.21-4.20	Chòm sao Bạch Dương 白羊座
4.21-5.20	Chòm sao Kim Ngưu 金牛座
5.21-6.21	Chòm sao Song Tử 双子座
6.22-7.22	Chòm sao Cự Giải 巨蟹座
7.23-8.23	Chòm sao Sư Tử 狮子座
8.24-9.23	Chòm sao Xử Nữ 处女座
9.24-10.23	Chòm sao Thiên Bình 天秤座
10.24-11.22	Chòm sao Thiên Hạt (Chòm sao thần nông / hổ cáp) 天蝎座
11.23-12.21	Chòm sao Xạ Thủ 射手座
12.22-1.19	Chòm sao Ma Kết 摩羯座
1.20-2.18	Chòm sao Thủy Bình 水瓶座
2.19-3.20	Chòm sao Song Ngư 双鱼座

V. Bài tập 练习

1. 请参照会话内容和语法注释中的第二点语法知识，进行对话练习。
2. 请参照本课所学越南语基本句型（七）进行造句练习。
3. 请根据实际情况回答以下问题，同时进行口头对话练习。

(1) Chào em. Em sinh ngày tháng năm nào đấy?
_____

(2) Hôm nay là ngày bao nhiêu và thứ mấy?
_____

第七课　年、月、日

(3) Bình thường em thường chúc mừng sinh nhật em như thế nào?
_____

(4) Em sinh năm nào? Năm nay em bao nhiêu tuổi rồi?
_____

(5) Em có người yêu chưa? Nếu có, bạn ấy là một người như thế nào?
_____

(6) Em thích những chàng trai / cô gái như thế nào?
_____

(7) Ngày phụ nữ Việt Nam là ngày nào? Người Việt Nam thường chúc mừng như thế nào?
_____
_____

(8) Ngày quốc khánh của Trung Quốc là ngày nào? Người Trung Quốc thường chúc mừng thế nào?
_____
_____
_____

4. 请参照语法注释部分，将下列句子翻译成越南语，注意画线部分的越南语表达法。

(1) -新中国是于<u>哪年哪月哪日</u>正式成立的呢？
　　-新中国是于<u>1949年10月1日</u>正式成立的，所以中国的国庆是每年的<u>10月1日</u>。
_____
_____
_____

(2) -昨天上街，你买到了些什么呢？
　　-我买到一套衣服、一双鞋、两本书，<u>此外</u>还有最重要的汉越词典和越汉词典。
_____
_____

(3) -刚才你在干吗？为什么不接我电话？
　　-刚才我在洗澡，没办法接电话呢！
　　_____
　　_____

(4) -我桌面上的这本书是谁的？是谁放在这儿呢？
　　-哦，两个小时前，阿芳来我们寝室玩，大概是她忘在这儿了。
　　_____
　　_____

(5) 关于这个问题，我刚刚请教过老师。
　　_____

(6) 我刚到越南留学，感觉一切都很新鲜（mới lạ）。
　　_____

(7) 在刚过去的一年中，我在越南留学，生活很愉快，也学到了很多。
　　_____
　　_____

(8) 在接下来的一学年当中，我要尽自己的最大努力（dốc hết sức mình）学好各门功课，以争取到（giành được）一等奖学金（học bổng）。
　　_____
　　_____

5. 请同学们就课文内容进行相互提问相互和对答练习。
6. 请参照课文内容并根据实际情况写一篇短文，向越南朋友介绍中国的节假日概况，或者介绍中国的某个节日。

BÀI 8   CON GÌ? CÁI GÌ? AI?
第八课　什么动物？什么东西？谁？

I. Hội thoại   会话

Tình huống 1   Dạo chơi trong vườn thú
情景1　逛动物园

A: Bố ơi! Con gì đây?　爸爸，这是什么动物呀？

B: Đây là con ốc.　这是田螺。

A: Ồ, nó bò nhanh quá. Còn con gì kia?　哦，它爬得好快哦。而那是什么呢？

B: Nó là con gấu.　那是狗熊。

A: Kia là con ngựa phải không bố?　那是马对吗？

B: Không, nó không phải con ngựa. Nó là con lạc đà.　不，那不是马。那是骆驼。

A: Chị Na ơi, xem này, con rắn! Nó vừa to vừa dài!
娜姐，你看啊，蛇！它又大又长！

C: Không, nó không phải là con rắn. Nó là con trăn đấy.
不，那不是蛇。那是蟒蛇呢。

A: Bố ơi, khỉ ở đâu ạ?　爸爸，猴子在哪里呢？

B: Ở đằng kia.　在那边。

A: Ồ, con khỉ này rất dữ.　哦，这只猴子好凶啊。

B: Không, nó không phải là con khỉ. Nó là con vượn.　不，它不是猴子。它是猿。

C: Hùng ơi, sang đây mau. Khỉ đây rồi, nhiều quá!
小雄，快过来。猴子在这里，好多啊！

A: Ối, con khỉ này rất bé nhưng rất nhanh.　这只猴子很小但很敏捷。

C: Hùng ơi, đằng kia rất đông người. Chúng ta đi xem nhé.
小雄，那边好多人。咱们去看看吧。

A: Ồ, con cá voi!　哦，是鲸。

C: Mày chán quá, lúc nào cũng sai. Đây không phải là con cá voi, đây là con cá sấu.
你真是的，老是说错。这不是鲸，这是鳄鱼。

A: Chà. Răng nó nhọn quá. Nó cũng có chân.　哟，它的牙齿好锋利啊。它也有脚。

71

Còn đây là con cá voi rồi đúng không? （而）这是鲸了对吗?

C: Mày lại sai rồi. Đây vẫn không phải là cá voi. Ở đây không có cá voi đâu. Đây là cá heo. Hình như sắp biểu diễn cá heo rồi đấy. Bố ơi, bố đi mua vé cho chúng con với, chúng con muốn xem lắm.
你又错了。这仍不是鲸。这里没有鲸的。这是海狮。好像海狮表演快开始了。爸爸，你去给我们买票吧，我们很想看。

Tình huống 2　Ở trung tâm triển lãm
情景2　在展览馆

A: Chị Thu, đây là cái gì?　秋姐，这是什么呀?

B: Đây là đàn nhị.　这是二胡。

A: Còn cái gì đây?　而这是什么呢?

B: Đây là cái đàn bầu.　这是独弦琴。

A: Kia là ti-vi phải không?　那是电视对吗?

B: Không. Đấy không phải là ti-vi. Nó là máy vi tính.　不，那不是电视。那是电脑。

A: Chị Thu ơi, nhìn kìa. Cái bàn kia rất cao và dài.
秋姐啊，看那边。那张桌子很高很大呢。

B: Ồ, kia không phải là bàn. Kia là cái đàn piano đấy. Tiếng của nó rất hay.
哦，那不是桌子。那是钢琴呢。它的声音很好听。

A: Còn cái này là cái đàn ghi-ta phải không chị?　而这是吉他对吗?

B: Đúng rồi.　对了。

A: Chị Thu biết chơi đàn ghi-ta chứ gì? Chị dạy em với.
你不是会弹吉他吗? 你教教我吧。

B: Chị biết, nhưng chị chơi tồi lắm. Để lúc nào chị chơi giỏi rồi chị sẽ dạy em nhé.
我会，但我弹得不太好。等什么时候我弹得好了，我再教你吧。

A: Dạ, vâng ạ. Cảm ơn chị.　嗯，好的。谢谢姐姐。

Tình huống 3　Giới thiệu những người trong ảnh
情景3　介绍相片里的人

A: Hai cụ già này là ai đấy?　这两个老人是谁啊?

B: Đây là ông tớ và bà tớ.　这是我爷爷和奶奶。

A: Còn đây là bố cậu phải không?　（而）这是你爸爸对吗?

B: Ồ, không. Đấy là bác tớ.　哦，不。那是我伯父。

A: Bác cậu trông giống bố cậu quá. Bác ấy làm nghề gì?
你伯父看起来很像你爸爸。他是做什么的呢?

第八课　什么动物？什么东西？谁？

B: Bác ấy là luật sư. Còn đây là bố mẹ tớ. Cậu có biết ai đây không?
他是一个律师。这是我父母。你知道这是谁吗？

A: Nhà báo Phan Quang phải không?　是记者潘光对吗？

B: Không. Đây là giáo sư Phan Huy. Ông ấy là một nhà sử học nổi tiếng đấy.
不。这是潘辉教授。他是个有名的历史学家呢。

A: Ông ấy làm việc ở đâu?　他在哪里工作？

B: Ông ấy là bạn của bố tớ. Ông ấy cũng dạy học ở Trường Đại học Quốc gia. Còn đây là giáo sư Võ Quý. Ông ấy nghiên cứu về các loại chim ở Việt Nam.
他是我父亲的朋友。他也在国家大学教书。（而）这是武贵教授。他研究越南鸟类。

A: Tớ biết giáo sư Võ Quý. Ông ấy đã từng dạy tớ đấy.
我认识武贵教授。他曾经教过我呢。

B: Cậu có biết người này không?　你认识这个人吗？

A: À, chị Kim Tiến, phát thanh viên trên ti-vi.　啊，金进姐，电视主持人。

B: Cậu đã gặp chị ấy lần nào chưa?　你见过她吗？

A: Chưa. Tớ chưa gặp chị ấy lần nào. Tớ chỉ thấy ở trên ti vi thôi. Còn ai đây?
没有。我从来没有与她见过面。只在电视上见过而已。那这是谁呢？

B: Đây là ông Như Thọ. Ông Thọ là Tổng giám đốc của Tổng cục Du lịch Việt Nam. Người đứng cạnh là ông Đỗ Quang Trung, là Tổng cục trưởng Tổng cục Công an.
这是如寿先生。他是越南旅游总局的局长。站在旁边这个是杜光忠先生，公安总局的局长。

A: Còn ai đây? Bộ trưởng Trần Hoan phải không?　哦，这是谁呀？陈欢部长对吗？

B: Đúng rồi. Ông ấy còn là một nhạc sĩ khá nổi tiếng. Người ngồi cạnh là Bộ trưởng Bộ Thương mại.
对了。他还是一个相当有名的音乐家呢。　坐在旁边这个人是商贸部部长。

II. Bài học　课文

CÔNG VIÊN THỦ LỆ

　　Công viên Thủ Lệ nằm trong khu vực quận Ba Đình (Hà Nội). Nó là một trong những điểm thu hút người Hà Nội, đặc biệt là thanh thiếu niên, trong những ngày nghỉ. Đây cũng là "điểm hẹn" của du khách trong và ngoài nước.

　　Công viên Thủ Lệ rất rộng. Trong đó không chỉ có hồ nước, cây xanh, hoa lá mà còn chứa cả vườn thú quốc gia. Hoa rất thơm. Lá rất xanh. Nước hồ rất trong. Thú rất nhiều.

Ở một góc tĩnh mịch của công viên còn có một ngôi chùa cổ với tiếng chuông âm vang và mùi hương ngạt ngào. Đây cũng là điểm tham quan khá thú vị đối với du khách.

Thủ Lệ sẽ làm cho bạn thoải mái và thanh thản khi ra về. Đã đến một lần, chắc chắn bạn sẽ muốn quay lại. Đó là Thủ Lệ của Hà Nội hôm nay.

首丽公园

首丽公园位于河内巴亭郡区域内。它是吸引河内人尤其是青年人的景点之一，尤其是在各个休息日。当然，这也是国内外游客的"相约之地"。

首丽公园很大。里面不仅有湖，有花草、树木，还有国家动物园。这里的花很香，树很绿，湖水很清澈，动物也很多。

在公园静谧的一角还有一个古寺，在这里钟声缭绕，花香浓郁。对于游客来说，这也是相当有趣的一个参观景点。

游览过首丽公园，你将会感觉到非常的惬意、尽兴。来过一次，你肯定还想再来。这就是河内今日的首丽公园。

TỪ MỚI 生词

1	dạo chơi 游玩，游逛	13	với 语气词（表恳求、恳请）
2	vừa… vừa… 又……又……，既……又……	14	tồi 差的，差劲
3	đằng kia 那边	15	giống 像，相像；长得像
4	mau 快，迅速	16	nhà báo 记者
5	đông người 众多，人多	17	giáo sư 教授
6	chán 厌倦，无聊	18	nhà sử học 历史学家
7	răng 牙齿	19	dạy học 教学
8	nhọn 锋利	20	nghiên cứu 研究
9	chân 脚	21	phát thanh viên 直播员，广播员
10	hình như 好像	22	tổng 总的
11	biểu diễn 表演	23	cạnh 旁边
12	triển lãm 展览	24	nhạc sĩ 音乐家

25	khá 相当		37	cổ 古老
26	công viên Thủ Lệ 首丽公园		38	tiếng chuông 钟声
27	khu vực 区域,地区		39	âm vang 响彻,缭绕
28	quận 郡		40	mùi hương 香味
29	thu hút 吸引		41	ngạt ngào 浓郁
30	đặc biệt 特别		42	tham quan 参观
31	thanh thiếu niên 青少年		43	du khách 游客
32	chứa 包含,蕴藏		44	thoải mái 舒适,舒服,惬意
33	trong (trong sạch) 清,清澈		45	thanh thản 坦然
34	tĩnh mịch 静谧		46	chắc chắn 大概（表肯定的猜测）
35	ngôi 座（单位词）		47	quay lại 返回
36	chùa 庙、寺庙			

III. Ghi chú ngữ pháp 语法注释

1. 越南语基本句型（八）：主语+动词+补语1+补语2（在汉语中叫"双宾句"）如：

-Chị Hoa tặng cho tôi   một chiếc bút máy. 阿华送给我一支钢笔。

　　主语　　动词 补语1　　补语2

-Bác sĩ kê cho một đơn thuốc tôi. 医生开了一个药方给我。

　主语　动词　　　补语1　　　补语2

2. 越南语单位词的用法。

　　表示人、事物或动作的数量单位的词叫单位词，如con（只、条…），cái（个、张），chiếc（只、张），đứa（个、家伙），thước（尺），cân（公斤,千克），miếng（块），đàn（群），lần（次、趟），hạt（粒），buổi, cuộc…

(1) con（只、头、条）常用来表示动物，如：một con cá一条鱼, hai con bò两头牛；此外，也用来表示那些非动物的有一定灵动性的东西，如：hai con mắt两只眼睛, con tim一颗心, con thoi一把梭子, một con dao一把刀, một con sông一条河流, hai con đường两条路…

(2) cái，chiếc（个、张）常用来表示一个个、一件件的物体，如：một cái bàn一张桌子, hai chiếc ghế两把椅子, hai cái cốc两个杯子, một chiếc ô-tô一辆汽车, hai chiếc bút máy两支钢笔。

(3) người, đứa（个、家伙）常用来表示人的数量，người 用来指比较尊重的人，如：hai người giao viên 两位教师，năm người cán bộ 五个干部；đứa 一般用来指小孩或地位相对低的人，如：mấy đứa trẻ 几个小孩，năm đứa học sinh 五个学生。

(4) tên, thằng 常用来表示坏人的数量，如：hai tên địch 两个敌人，một tên/ thằng gián điệp 一个特务，hai thằng kẻ cắp 两个小偷。

(5) quyển, cuốn（本，卷）都是用来指书本的，但 quyển 用来指相对较薄的，如：một quyển sách 一本书，hai quyển vở 两本练习本，năm quyển tiểu thuyết 五本小说；cuốn 一般用来指较厚的，如：hai cuốn từ điển 两本字典，một cuốn truyện dài 一本长篇小说。

(6) bức（封、张），lá（片、张）都用来指薄的东西，但基本都有固定用法，一般不能互换，如：một bức / lá thư 一封信，hai bức ảnh 两张相片，một bức tường 一堵墙，hai bức tranh 两幅画，một lá phổi 一叶肺。lá 本来是树叶的意思，因此一般用来指很薄的东西；而 bức 可以用来指本身较厚的但相对薄的东西，如：một bức tường 一堵墙。相片还可以用 tấm，如：một tấm ảnh 一张相片。

(7) quả（个）常常用来指圆形的东西，如：quả táo（一个）苹果，quả lê 梨子，hai quả bóng 两个球。

(8) 其他的：giọt nước mắt 眼泪，giọt/hạt nước（一）滴水，hạt mưa 雨滴，hạt gạo 米粒，một nải chuối 一串香蕉，hai cân vải 两公斤荔枝，một cân thịt 一公斤肉，hai lít dầu 两升油，hai chai bia 两瓶啤酒，một chén rượu 一杯（指小酒杯）酒，hai cốc nước 两杯（指大杯子）水，một tách trà 一杯茶，một bát phở 一碗粉，hai bát cơm 两碗饭，hai món ăn 两道菜，một đĩa rau 一碟蔬菜，năm thước vải 五尺布，hai mẫu đất 两亩地，một miếng/mảnh/khoảng đất 一块地，một trận mưa 一阵雨，một cơn gió 一阵风，một cây súng 一把枪，hai cái/chiếc bút 两支笔，một ngôi nhà 一座房子，một ngọn/quả núi 一座山，một lọ thuốc nước 一瓶药水，hai gói thuốc bột 两包药粉，một bông hoa 一朵花，một bó hoa 一束花，một chậu nước 一盆水，một thùng nước 一桶水，đàn chim（一群）鸟，hai tút/cây thuốc lá 两条香烟，hai bao thuốc lá 两包烟，một điếu thuốc lá 一支烟。

-此外，另有动作单位词如：Đi một chuyến 去一趟，đi hai lần 去两次，chém một nhát 砍一刀，đá một cái 踢一脚，đánh mấy cái 打几下，bắn hai phát 射两箭/打两枪，tiêm một phát 打一针。

3. 指示代词 **đây, kia, đấy, đó, kia kìa**

(1) Đây 这，指离说话人和听话人都较近的人或事物，如：

-*Đây* là bút bi, *đây* không phải là bút máy. 这是圆珠笔，这不是钢笔。

(2) kia：kia, đó, đấy 都有"那"的意思，但 kia 是指离说话人和听话人都远的"那

边", 如:

-*Kia* có phải là ký túc xá không?那是宿舍吗?

(3) *đấy* 指离说话人远、离听话人近的人或事物, *đó* 和 *đấy* 基本相同。如:

-*Đấy / Đó* không phải là ký túc xá, *đấy/ đó* là thư viện. 那不是宿舍, 那是图书馆。

(4) *kia kìa* 指较远的"那边", 如:

-Chị ấy đang ngồi *kia kìa*. 她正坐在那边。

(5) *kia, đó, kìa* 还可以放在名词后面作定语, 如: Đằng kia 那头, 那边, bên kia 那边, hôm kia 前天, hôm kìa 大前天, ngày kia 后天, ngày kìa 大后天。又如:

-Anh *kia* có phải là Hoa không? 那个人是阿华吗?

-Người *đó* là ai? 那个人是谁?

4. Xem, nhìn, trông, coi, nom, thấy 的用法。

(1) *xem* 常常指看有文字、图画等书面上的东西, 如: xem sách 看书, xem phim 看电影, xem TV 看电视。

+ *xem* 也可以用于指大略地看, 如: xem phong cảnh 看风景, xem quần áo 看衣服, xem qua 浏览。

+此外, *xem* 还可以用于很多场合, 如: Cậu đoán xem. 你猜猜看。

-Cậu *xem* thế này có được không…你看这样行不行……

(2) *nhìn* 常常指特意去看, 如:

-Chị ấy *nhìn* qua cửa sổ, *thấy* một con chim đang đậu ở trên cành cây. 她往窗外看去, 看见一只小鸟正落在树枝上。

-Cậu *nhìn* này, đây là gì. 你看看, 这是什么。

(3) *trông* 和 *coi* 都有"照看、看管"的意思, 其对象可以是物, 也可以是人, 如: trông xe 保管车, trông đồ 看管东西, trông con 照看小孩, 而 trông thi 和 coi thi 都表示"监考"。

-Cậu *trông* hộ tớ con chó này mấy hôm nhé? Tớ phải về quê một chuyến. 你帮我照看这只狗几天可以吗? 我要回一趟老家。

-Cháu để ở nhà ai *coi*? 孩子放在家谁照看?

+此外, *trông* 和 *nom* 还有"看起来怎么样"的意思, 如:

-Cậu *trông* trẻ hơn tớ. 你看起来比我年轻。

-Cậu mặc áo này *trông/ nom* rất đẹp mắt. 你穿这件衣服看起来很好看。

(4) *nom* 也有"照看"的意思, 加在 trông 之后成 trông nom 也是"照看、照顾"的意思, 如:

-Nhiệm vụ chính của tôi là *trông nom* con cho nhà chủ. 我的主要任务是给主人家照看小孩。

(5) thấy有"见到、感觉到"的意思，如：
   -Cậu *thấy* chưa? 你看见没有？
   -Mấy hôm nay tôi *thấy* hơi mệt. 这几天我觉得有点累。
   +thấy 还可以作为助动词直接放在动词后，表示动作的结果，如：nhìn thấy, nom thấy看见, nghe thấy听见, cảm thấy感觉到, tìm thấy找到…

5. 表示猜测的"**chắc chắn**"等词的用法。
   越南语中表示猜测的有：chắc, chắc chắn, chắc là, có lẽ, có thể, khả năng等。
   (1) chắc chắn 表示肯定语气的猜测，如：
      -Đã đến công viên Thủ Lệ một lần rồi, *chắc chắn* bạn sẽ muốn quay lại.
      来过首丽公园一次，你肯定还想再来。
   (2) chắc, chắc là, có lẽ, có thể, khả năng表示一般语气的猜测，如：
      -*Chắc* nó gặp trục trặc gì đó rồi. 大概他遇到什么麻烦了吧。
      -Người được giải nhất *chắc là* chị Hòa nhỉ? 得第一名的人大概是阿和吧。
      -*Có lẽ/khả năng* nó không đến nữa. 大概他不来了。
      -Cũng *có thể* nó không thích cậu nữa. 也有可能他不再喜欢你了。
   (3) Có thể 除了表示猜测，还有"可以"的意思，如：
      -Tôi *có thể* nói chuyện với anh ấy một lúc không? 我可以跟他说一会儿话吗？
   (4) khả năng 除了表示猜测以外，还可以表示"能力、才能"的意思，如：
      -Tôi có *thể* nói chuyện với anh ấy một lúc không? 我可以跟他说一会儿话吗？

IV. Kiến thức mở rộng　扩充知识

Từ ngữ bổ sung 补充词汇：

Các loại thú vật 各种动物：

con ếch 青蛙	con nòng nọc 蝌蚪	con cóc 蟾蜍
con dơi 蝙蝠	con vượn 猿	vượn người 类人猿
con voi 大象	con lạc đà 骆驼	con lạc đà hai bướu 双峰骆驼
voi rừng 野象	con gấu 熊	gấu mèo (gấu trúc) 熊猫
con khỉ 猴子	khỉ đuôi dài 长尾猴	khỉ lông vàng 金丝猴
khỉ đầu chó 狒狒	hắc tinh tinh 黑猩猩	đại tinh tinh (đười ươi) 大猩猩
con hươu 鹿	hươu cổ dài 长颈鹿	con nai 麋鹿
con dê 山羊	con cừu 绵羊	linh dương 羚羊

第八课　什么动物？什么东西？谁？

con ngựa 马	ngựa vằn 斑马	con hà mã 河马
con hải li 海狸	con lừa 驴	con la 骡
con chó 狗	con mèo 猫	mèo rừng 野猫
con hổ 老虎	con báo 豹	con sư tử 狮子
chồn chó 獾	con chuột 老鼠	chuột đồng 田鼠
chuột sóc 松鼠	con nhím 刺猬	con túi 袋鼠
con rái cá 水獭	chồn hôi 臭鼬	con cáo 狐狸
con chó sói 狼	con trăn 蟒蛇	con hổ mang 蝮蛇
con rắn 蛇	rắn chuông 响尾蛇	rắn hổ mang 眼镜蛇
con trâu 水牛	con bò 黄牛	trâu rừng 野牛
con tê giác 犀牛	con lợn 猪	con cá sấu 鳄鱼
rồng đổi màu 变色龙	con thạch sùng 壁虎	con thằn lằn 蜥蜴

Côn trùng 昆虫类:

con ruồi 苍蝇	con muỗi 蚊子	con bươm bướm 蝴蝶
con chuồn chuồn 蜻蜓	con châu chấu 蝗虫、蚱蜢	sâu bướm, con ngài 飞蛾
con bọ rùa 瓢虫	con rết 蜈蚣	Con thiêu than 飞蛾
con ve 蝉	con bọ nháy 跳蚤	con gián 蟑螂
con bọ xít 臭虫	con đom đóm 萤火虫	con kiến 蚂蚁
con bò cạp 蝎子	nha trùng 蚜虫	con cào cào 螳螂
con ong 蜜蜂	ong nghệ 黄蜂	con giun 蚯蚓
con nhện 蜘蛛	con tằm 蚕	con đỉa 水蛭

Các loại chim 鸟类:

chim họa mi 画眉	chim ưng 鹰	chim đại bàng 雕
thiên nga 天鹅	chim cuốc 杜鹃	con cú mèo 猫头鹰
con vẹt 鹦鹉	dạ canh 夜莺	đà điểu 鸵鸟
con hạc 鹤	chim hồng hạc 火烈鸟	chim chích, chim oanh 莺
chim hải âu 海鸥	chim công 孔雀	chim gõ kiến 啄木鸟
con quạ 乌鸦	chim bồ câu 鸽子	bồ câu nuôi 家鸽

chim hoàng yến 黄雀	chim bạch yến 金丝雀	chim chiền chiện 云雀
chim sẻ 麻雀	chim sẻ ngô 山雀	chim ngói 斑鸠
chim yến 燕子	chim sáo 八哥	chim cút 鹌鹑
chim cốc 鸬鹚	chim nhạn 雁	gà tây 火鸡

Các loại hải sản thủy sản 海产水产类：

hải sản tươi 海鲜	ba ba 甲鱼	cá biển 海鱼
cá voi 鲸	cá heo 海狮	cá sấu 鳄鱼
cá chim 鲳鱼	cá hoa vàng 黄鱼	cá hố 带鱼
cá lạc 海鳗	cá sác đin 沙丁鱼	cá lành canh 凤尾鱼
cá mực 鱿鱼	con mực 墨鱼	con sứa 海蜇
cua biển 海蟹	đỉa biển (hải sâm) 海参	ốc biển 海螺
rau câu (tảo tía) 紫菜	tảo biển nâu (côn bố) 海带	tôm hùm 龙虾
tôm 条虾	tôm he 对虾	cá nước ngọt 淡水鱼
tôm khô 虾皮	tôm nõn tươi 虾仁	cá hồi 鲑鱼
cá chép 鲤鱼	cá diếc (cá giếc) 鲫鱼	cá vền 鳊鱼
cá quả 黑鱼	cá quế 鳜鱼	cá song 白鱼
cá nóc 河豚	cá mè trắng 白鲢	cua sông (cua đồng) 河蟹
chạch 泥鳅	lươn 黄鳝	lươn song 河鳗
con hến (trai sông) 河蚌	con ngao 蛤蜊	tôm nước ngọt (tôm sông) 河虾
ốc đồng 田螺	ốc nước ngọt 螺蛳	vây cá 鱼翅
bong bóng cá 鱼肚	cá mặn 咸鱼	

V. Bài tập 练习

1. 请参照会话内容进行对话练习。
2. 请参照本课所学越南语基本句型（八）进行造句练习。
3. 请根据实际情况回答以下问题，同时进行口头对话练习。

   (1) Em đã từng đi vườn thú lần nào chưa?

第八课 什么动物？什么东西？谁？

(2) Trong vườn thú thường có những con động vật gì?
___

(3) Em thích nhất con động vật gì? Tại sao?
___

(4) Em có biết chơi nhạc cụ gì không?
___

(5) Em thích nhất nhạc cụ gì? Tại sao?
___

(6) Trong lớp học của các em có cái gì?
___

(7) Trong phòng ở của các em có cái gì?
___

(8) Ai dạy các em môn tiếng Việt?
___

(9) Người ngồi cạnh em là ai?
___

(10) Người ngồi ở đằng sau / đằng trước em là ai?
___

4. 请参照语法注释部分，将下列句子翻译成越南语，注意画线部分的越语表达法。
(1) -对了，上周你生日的时候，你的舍友们都<u>送你些什么礼物</u>呢？
   -哦，她们一起<u>送给了我</u>一个又大又漂亮的布娃娃（búp bê）。
___

(2) -讨论会要开始了，咱们应该怎么坐呢？
   -我坐<u>这里</u>，你坐<u>那里</u>，班长正坐<u>那边</u>，而阿芳就坐在班长旁边。
___

(3) -那个人是谁呀？正站在<u>那边</u>跟班长说话的那个！
   -哦，那是班长的越南朋友，班长邀请她来参加咱们班的联欢活动呢！
___

(4) -你找到你从图书馆借的那本书了没有?
    -没有,我找了好久<u>都没有找到</u>。

(5) 大家看到这儿来,<u>看看</u>这道试题应该怎么解答。

(6) 这件衣服好像很合适你哦,你穿上<u>看</u>起来年轻多了。

(7) 你有没有<u>看见</u>阿明在大礼堂里面?

(8) (爷爷说)你们尽管放心(yên tâm)去旅游吧,我留在家<u>看房子</u>。

(9) 他经常夜不归宿(qua đêm không về),<u>肯定</u>是有外遇(có bồ nhí)了。

(10) 他总是不跟你说实话,也<u>有可能</u>他受到了某人的威胁(đê dọa)。

(11) <u>或许</u>这就是他的难言之隐(điều thầm kín khó nói)吧。

(12) 他说他有能力做得这件事,我觉得他<u>肯定</u>有他的特殊办法,咱们<u>可以</u>给他一个最后的机会。

5.将学生分成两组,就课文内容进行问答练习。

6.请给大家介绍你最喜欢的一种乐器、一种动物或者宠物,你跟它之间有些什么感人的故事。

BÀI 9   BẠN LÀ NGƯỜI NƯỚC NÀO?
第九课   你是哪国人？

I. Hội thoại   会话

Tình huống 1   Ở câu lạc bộ
情景1   在俱乐部

A: Chào anh.   你好。

B: Chào chị.   你好。

A: Xin lỗi, anh là người nước nào?   请问，你是哪国人呢？

B: Tôi là người Singapore. Còn chị, chị từ đâu đến?
我是新加坡人。你呢，你来自哪里？

A: Em đến từ Trung Quốc ạ.   我来自中国。

B: Xin lỗi, chị tên là gì?   请问你叫什么名字？

A: Tên em là Mai. Còn anh, anh tên là gì?   我叫阿梅。你呢？你叫什么名字？

B: Tên tôi là Minh.   我叫阿明。

A: Anh có phải là thành viên câu lạc bộ không ạ?   你是俱乐部成员吗？

B: Ừ, tôi là thành viên. Thỉnh thoảng tôi lại đến đây để giải trí. Còn chị, chị cũng là thành viên câu lạc bộ đúng không?
是呀，我是成员。偶尔也来这里消遣娱乐。你呢？你也是俱乐部成员对吗？

A: Không ạ, em không phải là thành viên. Em chỉ làm thêm ở đây thôi. Một tuần làm 3 buổi, mỗi buổi 2 tiếng.
不，我不是成员。我只是在这里兼职而已。一周在这里工作三次，每次两个小时。

B: Thế à? Thế tiền lương bao nhiêu?   这样啊。那你的工资是多少？

A: 200 nghìn một buổi ạ. Một tháng cũng được khoảng 2 triệu rưỡi.
20万越盾一次。一个月也得大约250万越盾。

B: Thế cũng được nhỉ, vừa kiếm được tiền ăn ở, vừa có thể tích lũy kinh nghiệm. Chị vẫn là sinh viên à?
那也挺不错的哦，既可以赚到生活费，又可以积累工作经验。你还是大学生吧？

A: Vâng ạ, em là sinh viên năm thứ ba. 是的。我是大三学生。

B: Thế tôi nên gọi em nhỉ? 那我应该称你为妹了？

A: Dạ, vâng ạ. Còn anh? Anh làm gì ở Việt Nam ạ?

嗯，好的。那你呢？你在越南做什么的呢？

B: Anh là thương gia. Anh là giám đốc văn phòng đại diện tại Việt Nam của 1 công ty Singapore. Đây là danh thiếp của anh. Ồ, xin lỗi, Anh có cuộc hẹn ở nhà bây giờ. Anh phải về đây. Tạm biệt nhé.

我是商人。我是一家新加坡公司驻越南办事处的经理。这是我的名片。哦，对不起，现在我家里有事，我得回去了。再见。

A: Tạm biệt anh. Hẹn gặp lại anh. 再见。后会有期。

Tình huống 2　Mua hoa quả với cô bán hàng rong
情景2　在移动摊点买水果

A: Cô ơi, táo bán bao nhiêu hả cô? 阿姨，请问这苹果卖多少呀？

B: 38 nghìn một cân cháu ạ. 一公斤3万8千越盾。

A: Ối giời! Đắt thế cơ à? 30 nghìn được không? 这么贵呀？3万越盾可以吗？

B: Táo nhập từ Trung Quốc sang mà, không thể bớt được nhiều thế đâu. Ít nhất phải 35 nghìn mới bán được. Nếu không thì chẳng có lãi gì cả.

这苹果是从中国进口的嘛，不能少那么多的。最少也要3万5千越盾才能卖。否则就没什么利润了。

A: Thế thì 32 nghìn vậy. Táo nhỏ thế này 32 nghìn là được rồi.

那就3万2千越盾吧。这苹果这么小3万2千越盾就可以了。

B: Cháu là người nước ngoài phải không? 你是外国人对吗？

A: Sao cô biết ạ? 你怎么知道？

B: Ừ, cô nghe giọng cháu hơi lạ. Cháu là người nước nào?

嗯，我听你的口音有点怪。你是哪国人？

A: Cô đoán xem. 你猜猜看。

B: Người Nhật Bản à? Hay là người Hàn Quốc? 日本人呀？还是韩国人？

A: Không ạ, cháu là người Trung Quốc cơ. 不，我是中国人呢。

B: Thế à, thảo nào cháu nói tiếng Việt sõi thế, chẳng khác gì người Việt Nam!

哦，难怪你说越语说得这么流利，跟越南人几乎没有什么区别！

A: Cô quá khen rồi. Cháu học tiếng Việt đã hai năm rưỡi rồi mà.

你过奖了。我学越语已经两年半了嘛。

B: Thôi, nể cháu là người Trung Quốc, 32 nghìn bán cho cháu vậy.

算了，看在你是中国人的面子上，3万2千越盾卖给你好了。

A: Cháu lấy nửa cân thôi ạ.   那我要一斤。

B: Nửa cân đây. Ăn ngon lần sau lại mua giúp cô nhé?

一斤，给。好吃的话下次再来哦。

A: Vâng ạ, cháu gửi tiền cô. Chào cô ạ.   好的，给你钱。再见。

B: Ừ, cảm ơn cháu. Chào cháu.   好，谢谢。再见。

II. Bài học   课文

CHÚNG TÔI HỌC TẬP Ở VIỆT NAM

Tôi xin tự giới thiệu: Tôi tên là Hoàng Hải Minh, là nhà sử học. Tôi là người Trung Quốc, tôi từ Bắc Kinh đến. Hiện nay tôi đang học nghiên cứu sinh ở trường Đại học Khoa học Xã hội & Nhân văn - Đại học Quốc gia Hà Nội.

Tôi có nhiều bạn nước ngoài. Họ cũng là nghiên cứu sinh, và chúng tôi cùng học tập ở Trường Đại học Khoa học Xã hội & Nhân văn.

Đây là anh Kim. Anh ấy là người Hàn Quốc. Anh ấy từ Seoul đến. Ở Hàn Quốc, anh Kim là một nhà ngôn ngữ học. Anh ấy đến đây vừa học tiếng Việt vừa nghiên cứu văn hóa Việt Nam.

Kia là chị Mai. Chị ấy là người Mỹ. Chị ấy từ California đến. Trước đây, chị ấy học tiếng Việt ở trường Đại học Cornel. Bây giờ chị Mai đang nghiên cứu tiếng Mường.

Còn kia là anh Danny, một nhà văn học. Anh ấy từ Kuala Lumpur đến. Anh ấy là người Malaysia. Anh ấy đang nghiên cứu về văn học Việt Nam.

我们在越南学习

请允许我自我介绍：我叫黄海明。我是历史学家。我是中国人。我从北京来。现在我正在河内国家大学所属社会科学与人文大学攻读博士研究生。

我有许多外国朋友。他们也是博士研究生，并且我们同在人文社科大学学习。

这是阿金。他是韩国人。他从首尔来。在韩国，阿金是一位语言学家。他来这里一边学习越南语一边研究越南文化。

那是阿梅。她是美国人。她来自加利福尼亚。以前她在康奈尔大学学习越语。现在她在研究芒族语言。

而那位是丹尼先生，一位文学家。他来自吉隆坡。他是马来西亚人。他现在研究越南文学。

TỪ MỚI 生词

1	thành viên 成员	21	hàng rong 地摊货，沿街叫卖的货物
2	câu lạc bộ 俱乐部	22	cân 公斤，千克
3	thỉnh thoảng 偶尔	23	đắt 贵
4	giải trí 娱乐，休闲	24	nhập (nhập khẩu) 进口
5	làm thêm 兼职	25	bớt 减少
6	tiền lương 工资，酬劳	26	ít nhất 至少
7	buổi 次	27	nếu không 否则
8	kiếm tiền 赚钱	28	lãi 利润
9	tiền ăn ở 生活费	29	là 就
10	tích lũy 积累	30	sõi 流利，流畅
11	rèn luyện 锻炼	31	đoán 猜，猜测
12	thương gia 商家，商人	32	chẳng khác gì … 与……没什么区别
13	văn phòng 办公室	33	thảo nào 难怪
14	đại diện 办事处	34	nể 面子，脸面
15	tại 在；因为	35	lấy 取，拿；买，要（口语中）
16	danh thiếp 名片	36	gửi tiền 寄钱；给钱，付钱（口语中）
17	cuộc hẹn 约会（名）	37	nghiên cứu sinh 博士研究生
18	tạm biệt 暂别，再见	38	nhà ngôn ngữ học 语言学家
19	mua 买	39	nhà văn học 文学家
20	bán 卖		

III. Ghi chú ngữ pháp 语法注释

1. 越南语基本句型（九）：兼语句式：主语+动词1+兼语+动词2+补语

兼语，即既作前面动词1的补语（宾语），又兼作动词2的主语。如：

1) 简单兼语式：Thầy giáo bảo <u>chúng tôi</u> ngồi xuống. 老师叫我们坐下。

第九课 你是哪国人？

Chúng tôi bầu <u>anh Quang</u> làm lớp trưởng. 我们选阿光做班长。

2) 两层兼语套用：Thầy giáo bảo <u>chị Mai</u> dẫn <u>chúng tôi</u> đọc bài. 老师叫阿梅带领我们读书。

3) 兼语与连动句式套用：Thầy giáo cho phép <u>chúng tôi</u> về nhà ôn bài. 老师允许我们回家复习功课。

2. mỗi 与 mọi 的区别用法。

(1) mỗi 指"每一"，mọi 指"每一……都…"，表示全部，如：

- *Mỗi* người trả lời một câu. 每个人回答一句。
- *Mọi* người đều đến rồi. 每个人都到了/大家都到了。

(2) mỗi 还可以与 một 连用，组成词组"mỗi…một …"，表示"每……一……"的意思，如：

- Cô giáo phân phát cho chúng tôi *mỗi* người *một* tờ giấy trắng. 老师分发给我们每人一张白纸。
- Chúng tôi *mỗi* người *một* lí, không ai chịu ai. 我们每人一个道理，谁都不服谁。

+ 词组"chỉ …mỗi+数词"可以用于强调数量少，如：

- Tôi chỉ có *mỗi* một cái vé thôi. 我就只有一张票而已。
- Hôm nay chỉ có *mỗi* mười người đến học thì tôi dạy thế nào đây? 今天就只有区区10个人来上课，我怎么教呢？

(3) "mỗi+时间词+một +形容词"还可以表示"越来越……"，如：

- Cuộc hành trình *mỗi lúc một* nhanh thêm, ba giọt nước cũng *mỗi lúc một* lạnh thêm và nhỏ đi. 行程越来越快了，三滴水也变得越来越冷、越来越小了。
- Cô bé *mỗi ngày một* lớn lên và xinh hơn. 小姑娘一天天长大并越来越漂亮了。

3. Tốt, giỏi, sõi, thạo 的区别用法。

(1) tốt 指一般的"好"，如：người tốt 好人, người tốt bụng 好心人, học sinh tốt 好学生, học tập tốt 学习好。

(2) giỏi 指"好"的程度比 tốt 高，有"优秀"之意，如：học sinh giỏi 好学生/优秀学生, thành tích giỏi 优异的成绩。

- Nó học *giỏi* tiếng Anh lắm。他英语学得很好。

(3) sõi 指说某种外语说得很流利，很地道，如：

- Sao bạn nói tiếng Việt *sõi* thế? Chẳng khác gì người Việt Nam! 你怎么说越语说得这么流利呢？跟越南人没什么区别！

(4) Thạo 指精通某种语言，如：

-Nó *thạo* tiếng Anh lắm. 他很精通英语。

-Chúng tôi muốn tuyển một người *thạo* tiếng Việt và tiếng Anh.
我们需要招聘一名精通越语和英语的人。

4. 半数的表达法。

(1) 未到整数一的"半数"用nửa，如：nửa ngày半天, nửa năm半年, nửa cân半公斤, nửa tiếng 半小时, một nửa一半。

(2) 整数之后还有一半常用rưỡi，如：một tháng rưỡi一个半月, hai năm rưỡi两年半, ba trăm rưỡi三百五, một tiếng rưỡi一个半小时。

(3) rưỡi 也用于整数之后的一半，但一般只用于较大的整数如trăm(百)、nghìn(千)、vạn(万)、triệu(百万)之后，表示这些整数之后的半数，如：hai trăm rưỡi两百五, nghìn rưỡi一千五, triệu rưỡi 150万（一兆五）。

- Tôi làm thêm ở đây, tiền lương mỗi tháng chỉ có *triệu rưỡi* thôi.
我在这里兼职，每个月的月薪只有150万越盾而已。

5. 倍数的表达法。

越南语中，倍数常用"gấp+数词"、"数词+lần"、"gấp+数词+lần"来表示，在这些组合之前加tăng或不加tăng都是指增加部分和原有部分的总和。如：

-Số học sinh trường chúng tôi năm nay nhiều *gấp 3* so với hai năm trước.
今年我们学校的学生是两年前的3倍。

-Khách đến *gấp đôi* so với kế hoạch dự tính. 来的客人比原计划多了一倍。

-So với năm ngoái, số lượng gỗ và xi măng đều tăng trên 2 *lần*.
与去年相比，木材与水泥的产量都增加了一倍以上。

说明

(1) 越南语中有"gấp rưỡi"的说法，意思是"增加了0.5倍"或"为……的一倍半"，如：

-Sản lượng lương thực năm nay tăng *gấp rưỡi* so với năm ngoái.
今年粮食的产量是去年的1.5倍/比去年增长了一半。

(2) 注意，越南语中"gấp bội"不等于"gấp đôi"和"gấp hai lần"，而是指成倍地增长，如：

-Sản lượng xe đạp điện tăng *gấp bội* so với hai năm trước.
与两年前相比，电动车的产量已经有了成倍的增长。

第九课 你是哪国人？

IV. Kiến thức mở rộng　扩充知识

Từ ngữ bổ sung 补充词汇：

1. Sáu châu bốn biển trên thế giới 世界四大洋六大洲：

Bốn đại dương 四大洋：

Thái Bình Dương 太平洋	Đại Tây Dương 大西洋
Ấn Độ Dương 印度洋	Bắc Băng Dương 北冰洋

Sáu châu 六大洲：

châu Á 亚洲	châu Âu 欧洲
châu Đại Dương 大洋洲	châu Phi 非洲
châu Nam Cực 南极洲	châu Mỹ 美洲 (Bắc Mỹ 北美洲, Nam Mỹ, 南美洲, châu Mỹ La-tinh 拉丁美洲)

2. Bộ phận nhà nước và thủ đô 部分国家及其首都：

Trung Quốc 中国	Beijing (Bắc Kinh) 北京
Anh 英国	London (Luân Đôn) 伦敦
Mỹ 美国	Washington (Oasinhtơn) 华盛顿
Pháp 法国	Paris (Pari) 巴黎
Ca-na-đa 加拿大	Ottawa (Ôttaoa) 渥太华
Đức 德国	Berlin (Béc lin) 柏林
Nhật Bản 日本	Tokyo (Tôkiô) 东京
Hàn Quốc 韩国	Seoul (Xơun) 首尔
Nga 俄国	Moscove (Mát-xcơ-va) 莫斯科
I-ta-li-a 意大利	Rome (Rôma) 罗马
Áo 奥地利	Vienna (Viên) 维也纳
Hy Lạp 希腊	Athens (Aten) 雅典
Triều Tiên 朝鲜	Pyongyang (Bình Nhưỡng) 平壤
Ấn Độ 印度	New Delhi (Niu Đê-li) 新德里
Ai-cập 埃及	Cairo (Cairô) 开罗

3. 10 nước Asean 东盟十国：

In-đô-nê-xi-a 印度尼西亚	Jakarta Giacacta 雅加达

Thái Lan 泰国	Bangkok (Băng Cốc) 曼谷
Ma-lai-xi-a 马来西亚	Kuala Lumpur (Cuala Lămpơ) 吉隆坡
Bru-nei 文莱	Bandar Seri (Begawan) 斯里巴加湾市
Việt Nam 越南	河内 Hà Nội 河内
Singapore 新加坡	Singapore (Xin-ga-po) 新加坡
Phi-li-pin 菲律宾	Manila (Manila) 马尼拉市
Cam-pu-chia 柬埔寨	Phnom Penh (Phnôm Pênh) 金边
Lào 老挝	Vientiane (Viên Chăn) 万象
Mi-an-ma 缅甸	Rangoon (Răngun) 仰光

4. Các nước khác 其他国家：

Đan Mạch 丹麦	Ô-man 阿曼	Hà Lan 荷兰	A-rập 沙特阿拉伯
Ô-strây-li-a 澳大利亚	Pa-na-ma 巴拿马	Mông Cổ 蒙古	Pa-ki-xtan 巴基斯坦
Bra-xin 巴西	Bỉ 比利时	Pa-la 波兰	Ru-ma-ni 罗马尼亚
Cu-ba 古巴	Ha-i-ti 海地	Phần Lan 芬兰	Tiệp Khắc/ Séc 捷克
Na-uy 挪威	Thụy sĩ 瑞士	I-xra-en 以色列	Bồ Đào Nha 葡萄牙
Thổ Nhĩ Kỳ 土耳其	I-rắc 伊拉克	Niu Di-lơn 新西兰	Tây Ban Nha 西班牙
Iran 伊朗	Côngô 刚果	Ai-len 爱尔兰	Côlômbia 哥伦比亚

V. Bài tập 练习

1. 请参照会话内容，进行对话练习。
2. 请参照本课所学越南语基本句型（九）进行造句练习。
3. 请根据实际情况回答以下问题，同时进行口头对话练习。

(1) Em là người nước nào? Em từ đâu đến?
_____

(2) Em có tham gia câu lạc bộ gì không?
_____

(3) Bình thường em có làm thêm không? Tiền lương thế nào?
_____

(4) Em đang học năm thứ mấy?
_____

第九课　你是哪国人？

(5) Em học tiếng Việt Nam được bao lâu rồi?

(6) Em hay đi đâu mua trái cây? Có thể mặc mả không?

(7) Bao giờ em sẽ sang Việt Nam du học? Em thích đi thành phố nào du học?

(8) Em có bạn nước ngoài không? Nếu có, bạn ấy là một người như thế nào?

(9) Bình thường em hay tập nói tiếng như thế nào? Ví dụ ở đâu và với ai?

4. 请参照语法注释部分，将下列句子翻译成越南语，注意画线部分的越语表达法。
　(1) 老师叫学习委员收作业并于明天交给老师。

　(2) 快到启程的时间了，大家都到齐了没有？

　(3) 在我们班，女生是男生的3倍。

　(4) 今年我们专业的学生人数比去年少了一半。

　(5) 同春市场是河内最繁华的批发市场之一，我妈妈在那里卖东西，每天能卖两兆五越盾的货物。

　(6) 比赛开始了，我们轮流上场，每人20分钟。

　(7) 他说越南语说得很地道，使得越南人常常误认为他是越南人。

　(8) 今年我们学校需要招聘一名精通汉语的越南老师。

5. 请同学们就课文内容进行相互提问和对答练习。
6. 请参照课文内容并根据实际情况写一篇短文，向大家介绍自己的某位同学、好朋友或外国朋友。

BÀI 10   HỎI GIỜ
第十课　问时间

I. Hội thoại　会话

Tình huống 1　Bây giờ là mấy giờ?
情景1　现在几点了?

A: Xin lỗi, anh có đồng hồ không?　对不起，你有表吗?

B: Ừ, có.　哦，有。

A: Bây giờ là mấy giờ rồi?　现在几点了?

B: Bây giờ là 12 giờ rưỡi.　现在是12点半。

A: Đồng hồ anh chạy có đúng không?　你的表走得准吗?

B: À, quên, đồng hồ anh chạy chậm 5 phút. Bây giờ là 1 giờ kém 25 rồi.
啊，忘了，我的表慢了5分钟。现在是1点差25分。

A: Chết! Em bị muộn 5 phút rồi. Giờ lại tắc đường thế này. Tý nữa vào lớp muộn quá, ngại lắm!
惨了，我迟到5分钟了。现在还这么堵车。待会儿进教室太晚很不好意思。

B: Không sao. Sắp đèn xanh rồi đấy. Em không có đồng hồ à?
没关系，快到绿灯了。你没有表呀?

A: Em có, nhưng nó chạy không đúng, nên hôm nay em bị muộn.
我有，但它走得不准，所以今天我迟到了。

B: Em là sinh viên năm thứ mấy? 你是大几学生?

A: Em là sinh viên năm thứ nhất.. Còn anh? Anh cũng là sinh viên phải không?
我是大三学生。你呢? 你也是大学生对吗?

B: Ừ, anh cũng là sinh viên, sinh viên năm thứ tư rồi. Lớp anh vào học lúc 1 giờ rưỡi chiều. Mấy giờ lớp em kết thúc?
是的，我也是大学生，大四了。我们班下午1点半上课。 你们班什么时候放学呢?

A: Khoảng 4 giờ 10. Còn lớp anh?　大约4点10分。你们班呢?

B: Độ 4 giờ 45 phút.　大约4点45分。

92

第十课　问时间

A: Chào anh nhé, em rẽ lối này. 再见了，我走这边。

B: Chào em. Hẹn gặp lại em. 再见。希望再见到你。

Tình huống 2　Thời gian biểu ở trường
情景2　在学校的作息时间

A: Chào em Hùng. Lâu lắm không gặp, em khỏe không?
小雄，好久不见，你还好吗？

B: Cảm ơn anh (họ). Em khỏe. Còn anh? 谢谢表哥。我还好。你呢？

A: Anh vẫn như cũ. Mà này, lần đầu tiên xa nhà đi học đại học, em có quen không?
我还是老样子。对了，你第一次远离家乡去读大学，习惯吗？

B: Lúc đầu em cũng gặp nhiều khó khăn. Nhưng dần dần cũng quen rồi.
开始我也遇到许多困难呢。但慢慢也习惯了。

A: Thời gian biểu của các em như thế nào? 你们的作息时间是怎么样呢？

B: Hàng ngày chúng em 7 giờ dậy, 8 giờ kém mười lên lớp. 12 giờ tan học đến nhà ăn ăn cơm, rồi ngủ trưa khoảng 1 tiếng. 2 giờ rưỡi lại đi học, đến 5 giờ rưỡi chiều mới kết thúc.
我们每天7点起床，8点差10分上课。12点放学就到食堂吃饭，然后午休大约1个小时。两点半又去上课，到5点半才放学。

A: Thế buổi tối các em có lên lớp không? 那晚上你们上课吗？

B: Không ạ, buổi tối chúng em không phải đi học. Chúng em ôn bài hoặc đi chơi.
不，晚上我们不上课。我们复习功课或者去玩。

A: Một tuần các em cũng chỉ học năm ngày thôi nhỉ? 你们每周也只学5天吧？

B: Vâng ạ, một tuần chúng em chỉ học 5 ngày. 是的，我们每周只学5天。
Thứ bảy và chủ nhật chúng em nghỉ. 周六和周日我们休息。

A: Thế cuối tuần các em thường làm gì? 那周末你们常常做什么呢？

B: Chúng em thường ngủ nhiều hơn bình thường, sau đó ôn bài. Có khi cũng đi chợ mua hoa quả hoặc đi dạo phố.
我们常常睡懒觉，然后复习功课。有时候也去市场买水果或上街玩。

A: Em phải cố gắng học tập cho tốt nhé, đừng có phụ lòng mong mỏi của bố mẹ em.
你要努力学好，不要辜负了你父母的期望。

B: Dạ, vâng ạ, em sẽ cố gắng ạ. 嗯，我会努力的。

II. Bài học   课文

MỘT NGÀY LÀM VIỆC CỦA TÔI

Hằng ngày tôi thường dậy vào lúc 6 giờ sáng. Sáng nào cũng vậy, sau khi gấp chăn màn xong là tôi lại chạy quanh hồ Hoàn Kiếm và tập thể dục khoảng 30 phút. Sau đó tôi tắm rửa và ăn sáng. 7 giờ 30 tôi bắt đầu đi làm. Cơ quan tôi cách nhà tôi hơi xa, đi xe máy mất khoảng 20 phút. Tôi thường bắt đầu làm việc vào lúc 8 giờ.

Ở cơ quan, tôi rất bận. Có lúc tôi phải vừa tiếp khách vừa gọi điện thoại. Là thư ký cho giám đốc, tôi phải giải quyết nhiều việc quan trọng và khẩn cấp cho ông ấy. Buổi trưa tôi thường không về nhà. Tôi và các đồng nghiệp thường ăn cơm ở quán ăn bình dân, sau đó nghỉ trưa vào lúc 12 giờ 30. Buổi chiều, chúng tôi làm việc từ 1 giờ rưỡi.

5 giờ rưỡi chiều chúng tôi tan ca. Tôi về nhà chơi thể thao, tắm rửa và ăn tối. Buổi tối tôi thường xem tivi, nghe đài hoặc đọc báo. 11 giờ đêm thì tôi lên giường đi ngủ.

我一天的工作生活

每天早上我6点起床。叠被子、收蚊帐之后，我每天早上都绕着还剑湖跑步并且锻炼30分钟。然后我回家洗漱、吃早餐。7点30分我开始出发去单位上班。我们单位离我家挺远的，开摩托车要花大约20分钟。我们单位8点上班。

在单位我很忙。有时我要一边接待客人一边接电话。作为经理的秘书，我要替他处理很多重要和紧急的事情。中午我常常不回家。我和我们单位的同事常常在普通的饮食店吃午饭，然后12点半午休。下午我们1点半开始上班。

下午5点半我们下班。我回家锻炼身体，洗漱和吃晚饭。晚上我常常看电视，听广播电台或读报。晚上11点我就上床睡觉。

TỪ MỚI 生词

1	đồng hồ 表，钟表	6	kém 差
2	rưỡi 半	7	chậm 慢
3	chạy 跑	8	muộn 晚，迟
4	quên 忘记	9	tắc đường 堵路，塞车
5	chết 死；（钟表）停了；糟糕，惨了	10	tý nữa 待会儿

11	ngại 尴尬，不好意思	31	đừng 别，不要
12	đèn xanh 绿灯	32	phụ, phụ lòng 辜负，负心
13	kết thúc 结束	33	mong mỏi 期望
14	độ 大约，大概	34	dậy 起床，起来
15	rẽ 拐	35	gấp 折叠
16	lối 道路	36	quanh 围绕，环绕
17	thời gian biểu 时间表，作息表	37	tắm rửa 洗漱
18	đầu tiên 最先，首次	38	bận 忙，繁忙
19	quen 习惯，熟悉	39	là 作为
20	khó khăn 困难	40	thư ký 秘书
21	dần dần 渐渐，逐渐	41	giải quyết 解决，处理
22	hàng ngày（=hằng ngày）每天	42	quan trọng 重要
23	tan học 下课，放学	43	khẩn cấp 紧急
24	ngủ trưa 午休	44	đồng nghiệp 同事
25	ôn bài 复习，温习功课	45	quán ăn 小饭馆，饮食店
26	cuối tuần 周末	46	bình dân 平民
27	bình thường 平常	47	tan làm 下班
28	sau đó 然后	48	nghe đài 听电台
29	chợ 集市，市场	49	đêm 夜晚，深夜
30	dạo phố 逛街	50	giường 床

III. Ghi chú ngữ pháp　语法注释

1. 越南语基本句型（十）：主谓词组作句子成分

在越南语当中，主谓词组也可以作句子成分，包括作补语、定语、谓语，如：

1) 作补语。如：Tôi sợ <u>anh Quang bị viêm phổi</u>. 我怕阿光得肺炎。

2) 作定语。如：Khi <u>cây lớn</u>, tôi chỉ lấy gốc thôi. 当植物长大时，我只要根部。

3) 作谓语。如：Nước ta <u>khí hậu ôn hòa</u>. 我们国家气候温和。

2. 时刻表示法。

(1) 越南语表示时刻"x点x分"的顺序与汉语相同，如：六点十五分 6 giờ 15 phút, 八点三十分 8 giờ 30 phút, 八点半 8 giờ rưỡi。不过，越南人在平时写时间常常写成：6h 15，8h 30。

(2) 越南语中没有"刻"的说法，仍用具体多少分钟来表示，如：八点一刻 8 giờ 15 phút, 十点三刻 10 giờ 45 phút。

(3) 汉语中"差x分x点"或"x点差x分"，越语中只有一种表示法："x giờ kém x phút"，如：七点差五分 7 giờ kém 5 phút, 差一刻八点 8 giờ kém 15 phút. 在口语中，"x giờ kém x phút"中的"phút"常常可以省略不说，如：7 giờ kém 5, 8 giờ kém 15。

(4) 越语中表达"x点整"时，可在"x giờ"前或后加上 đúng，如：六点整 đúng 6 giờ, 十二点整 12 giờ đúng。

(5) 询问"现在几点钟"用 mấy giờ，如：Bây giờ là mấy giờ? Bây giờ là 9 giờ 25。

(6) 一天二十四个小时一般可以分为五个时段为：

5点—11点	上午	buổi sáng	如：6 giờ sáng
11点—13点	中午	buổi trưa	如：12 giờ trưa
13点—18点	下午	buổi chiều	如：5 giờ chiều
18点—22点	晚上	buổi tối	如：8 giờ tối
22点—凌晨5点	夜里	ban đêm	如：2 giờ đêm

(7) 相关补充：

+清晨 sáng sớm, 天蒙蒙亮 trời tờ mờ sáng, 深夜 khuya, 熬夜 thức khuya, 失眠 mất ngủ, 叫醒 đánh thức。

+Trước kia 以前、从前, ngày xưa 从前, ngày xửa ngày xưa 很久很久以前

+hiện nay 现在（一般指较长时间的"现在"），当今; bây giờ 现在（指较短时间的"现在"，有"此时此刻"之意）、此刻; 此外, bây giờ 和 giờ 一样，既可以指较短时间的"现在、此时此刻"，也可以指较长时间的"现在"; ngày nay, nay 都可以指现今、当今。

+về sau 以后、今后, sau này 以后, mai sau（将来）, mai đây（将来）, cho đến nay/ bây giờ 直到现在。

+từ + 过去的时间 +trở về trước 表"在某时之前"，如：

-Từ năm 1998 *trở về trước*, ông ấy đều sống ở Mỹ.

在1998年以前，他都在美国生活。

+từ + 现在或未来的时间 + trở đi, 表从今/某时以后，如：

-Từ giờ *trở đi*, con đã là một người lớn rồi đấy. Về sau nhiều việc con đều phải tự làm lấy.

第十课　问时间

从今以后，你就已经是个大人了，以后很多事情你都要自己做了。

-*Từ* ngày mai *trở đi*, chúng ta không còn là bạn nữa, không nên gặp nhau nữa.

从明天起，咱们就不再是朋友了，就不要再见面了。

3. độ, khoảng, chừng 等概数的用法。

表示大概的数目叫作概数。表示概数的词一般有：ngót（近），gần（近），non（不足、不到），khoảng（大约），độ（约、大约），chừng（大约、约摸），hơn（多），già（多一点），trên dưới（上下、左右），hàng（成）等，如：

-Tôi đến Hà Nội đã *gần* sáu tháng rồi. 我到河内已经快6个月了。

-Trong công trình này, chúng tôi đã tiêu mất *ngót* 2 tỷ đồng.

在这个工程中，我们已经耗掉了近20亿越盾。

-Hôm nay đến dự hội nghị có *khoảng* 200 người.

今天来参加会议的大约有200人。

-*Độ* hai tuần nữa chúng tôi sẽ hoàn thành công trình này.

大概还有两周，我们就可以完成这个工程了。

-Bây giờ đã *hơn* 12 giờ rồi. 现在已经12点多了。

-Từ chỗ này leo lên đến đỉnh núi mất *già* nửa ngày mới được.

从这里爬到山顶要花半天多才行。

-Nhà tôi cách trường *non* một cây số. 我家离学校不到一公里。

-Tháng này bán được *trên dưới* 200 chiếc máy điều hòa.

这个月卖了200台左右的空调。

-Có *hàng* nghìn người đến dự mít tinh hôm nay. 有上千人参加了今天的集会。

补充说明

(1) 在越语中，表示概数的词一般都放在数词的前面，但hơn用来表示时间的概数而且时点是整数时，hơn放在时点的前面或后面都可以；但若时点中有零头时，hơn只能放在时点的前面，如：只能说 Đã *hơn* 9 giờ 30 rồi, 而不能说 đã 9 giờ 30 *hơn* rồi。

(2) gần和ngót意思和用法大体相同，但如果是说明时点的概数就只能用gần，不能用ngót，如：只能说Bây giờ *gần* 3 giờ rồi, 而不能说Bây giờ *ngót* 3 giờ rồi。

(3) hàng 有两个作用：

+一是放在chục（十）、trăm（百）、nghìn（千）、vạn（万）、triệu（百万）、tỷ（十亿）等整数或giờ（时）、ngày（天）、tuần（周）、tháng（月）、năm（年）、thế kỷ（世纪）等时间名词以及一些度衡量单位的前面，表示已经达到某单位以上，强调数量多或时间长。如：

-Có *hàng* chục người đang biểu tình ở ngoài phố.

有几十人正在大街上示威游行。

-Các anh ấy đi biển và đã sống *hàng* tháng trời trên biển.

他们出海并且已经在海上生活了好几个月了。

+二是放在ngày（天）、tuần（周）、tháng（月）、năm（年）等时间名词前，也可以写成hằng，表示每个时间单位都怎么样，如：

-Báo ra *hàng* tuần. 报纸每周出一期（周报）。

-*Hằng* ngày tôi 7 giờ dậy. 我每天7点钟起床。

4. là的多种用法。

(1) 作为判断词是"是"的意思，如：Tôi *là* sinh viên năm thứ hai. 我是大学二年级学生。

(2) 作为连词有"就"的意思，此时的là相当于thì，二者可以互换，如：

-Hôm qua tôi vừa về đến nhà *là/thì* trời mưa.

昨天我刚回到家天就下雨了。

-Hễ có loại côn trùng này bay ra nhiều *là/thì* trời sẽ mưa to.

一旦有这种虫子飞出来很多就表示天要下大雨。

(3) 放在句首，有"作为"的意思，如：

-*Là* thư ký cho giám đốc, tôi phải giải quyết nhiều việc quan trọng và khẩn cấp cho ông ấy.

作为经理的秘书，我要替他处理很多重要和紧急的事情。

-*Là* chủ nhiệm lớp của các bạn, tôi có trách nhiệm đôn đốc các bạn phải cố gắng học giỏi các môn học và phải tôn theo các nội quy của nhà trường.

作为你们的班主任，我有责任督促你们要努力学好各门功课，并且要遵守学校纪律。

IV. Kiến thức mở rộng 扩充知识

Từ ngữ bổ sung 补充词汇：

1. Những đồ dùng trong nhà 家里的各种用品。

phòng khách 客厅：

| khóa 锁 | cái khóa 锁头 | chìa khóa 钥匙 |
| máy điều hòa 空调 | tủ lạnh 冰箱 | sa lông, xô-pha 沙发 |

第十课　问时间

bàn ghế 桌椅	bàn trà 茶几	ấm pha trà 茶壶
bộ đồ trà 茶具	khay chè 茶盘、茶托	tách uống trà 茶杯
chè 茶叶	ấm đun nước 烧水壶	máy nước nóng đa chức năng 多功能饮水机
cốc nước 水杯	chén rượu 酒杯	li / ly 高脚杯
bàn ăn 餐桌	cây cảnh 盆景	ti vi, truyền hình 电视
loa 音箱	máy DVD/đầu đĩa 影碟机	gạt tàn 烟灰缸
gạch men 瓷砖	sàn gạch 地板砖	sàn gỗ 木地板
ổ cắm 插座	phích cắm 插头	pin 电池
quạt điện 电风扇	quạt bàn 桌扇	quạt trần 吊扇
quạt tường 墙扇	giấy ăn 餐巾纸	rèm cửa sổ 窗帘

Ban công 阳台:

chổi 扫帚，扫把	chổi lau nhà 拖把	cái hót rác 垃圾铲
phơi quần áo 晒衣服	cái mắc áo/ móc áo 衣架	cái giá phơi quần áo 挂衣架

phòng ngủ 卧室:

Bàn trang điểm 梳妆台	gương 镜子	cái lược 梳子
tủ 柜子	tủ áo 衣柜	giường 床
giường mềm 软卧	giường trên 上铺	giường dưới 下铺
khăn trải giường 床单	chăn 被子	chăn bông 棉被
đệm 褥子	đệm mút 海绵褥	đệm ghế 坐垫
màn 蚊帐	chiếu 席子，草席	chiếu cói 凉席
cái gối 枕头	khăn gối 枕巾	áo gối, vỏ gối 枕套
ruột gối 枕芯		

phòng học 书房:

tủ sách 书柜	giá sách 书架	bàn viết 书桌
máy vi tính 电脑	máy tính 计算器	đèn bàn 台灯

phòng bếp 厨房:

máy hút khói 抽油烟机	nhà bếp, phòng bếp 厨房	đầu bếp 厨师

bếp 灶	bếp điện tử 电磁炉	bếp ga 煤气炉
lò vi sóng 微波炉	chảo chiên 煎锅	phích nước 热水瓶、水壶
ấm đun nước 烧水壶	chảo 炒锅	xẻng 炒菜铲
nồi, xoong 锅	nồi cơm điện 电饭锅	nồi áp suất 高压锅
thớt 案板、砧板	dao 刀	giẻ rửa bát 洗碗布
chạn bát, tủ ly 碗橱，橱柜	bát 碗	đĩa 盘子
nĩa, dĩa 叉子	đũa 筷子	gáo 瓢
cái muôi 汤勺	thìa, muỗng 小勺子	dao ăn 餐刀
tăm 牙签	bể nước 水池	vòi nước 水龙头

phòng tắm/ nhà vệ sinh, toa-lét 卫生间：

bình nóng lạnh 热水器	bình nóng lạnh năng lượng mặt trời 太阳能热水器	
chậu nước 水槽	thùng 桶	xô 提桶
ca 口杯	bàn chải đánh răng 牙刷	kem/thuốc đánh răng 牙膏
khăn mặt 毛巾	khăn tắm 浴巾	bông tắm 沐浴球
máy giặt 洗衣机	chậu 脸盆	bột giặt 洗衣粉
xà phòng 肥皂	xà phòng thơm 香皂	sữa tắm 沐浴露
dầu gội đầu 洗发露	dầu xả 护发素	gel giữ nếp tóc 定型膏
máy sấy tóc 吹风机	sữa rửa mặt 洗面奶	

2. Mỹ phẩm khác và từ ngữ tương quan 其他化妆品及相关词汇：

Nước 水类：

| nước tẩy trang 卸妆水 | nước trang điểm 化妆水 | nước hoa 香水 |

nước làm mềm mát da và sạch lỗ chân lông 清洁毛孔爽肤水

nước tẩy trang vùng mắt và môi 眼部及唇部卸妆水

Dung dịch 液, **露**类：

dung dịch làm săn da dành cho da nhạy cảm 敏感性皮肤柔肤液

dung dịch dưỡng da toàn thân 全身润肤露

Kem 霜，膏类：

| kem dưỡng mắt 眼霜 | chống thâm quầng mắt 祛黑眼 | chống bọng mắt 祛眼袋 |

第十课 问时间

kem dưỡng da ban ngày 日霜　　kem dưỡng da ban đêm 晚霜　　kem trị mụn 祛痘膏

kem dưỡng da ngăn ngừa nếp nhăn 抗皱营养霜　　　　kem trị nám 祛斑膏

kem dưỡng ẩm hàng ngày giảm nếp nhăn 祛皱保湿霜

kem làm sạch và săn da 弹性清洁霜

kem dưỡng da trắng 美白保湿霜

kem dưỡng da chống nắng 美白防晒霜

Son môi 口红、唇膏类：

son dưỡng ẩm môi không màu 无色润唇膏　　　　son dưỡng ẩm 润唇口红

Mặt nạ 面膜：

mặt nạ chống nhăn 抗皱面膜

mặt nạ dưỡng da dành cho da khô 干性皮肤营养面膜

mặt nạ thảo dược loại bỏ tế bào chết 祛死皮草药面膜

Các loại dA 各种皮肤：

da nhờn 油性皮肤　　　　da khô 干性皮肤　　　　da thường 中性皮肤

da hỗn hợp 混合性皮肤　　　da nhạy cảm 敏感性皮肤

V. Bài tập 练习

1. 根据本课内容进行对话练习，问一下你的同桌昨天、今天做了什么？明天、后天准备做什么？上周末去了哪里？本周末将要去哪里做什么？
2. 请参照本课所学越南语基本句型（十）进行造句练习。
3. 请根据实际情况回答以下问题，同时进行口头对话练习。

   (1) Xin hỏi, em có đồng hồ không? Bây giờ là mấy giờ?
   _____

   (2) Bình thường em đi học hay bị muộn không? Tại sao?
   _____

   (3) Buổi sáng em mấy giờ dậy? Còn buổi tối em mấy giờ lên giường đi ngủ?
   _____

   (4) Buổi sáng em mấy giờ lên lớp và mấy giờ tan học? Còn buổi chiều thì sao?
   _____
   _____

(5) Buổi tối các em có phải đi học không?
_____
_____

(6) Bình thường giờ giấc làm việc của các em như thế nào?
_____
_____

(7) Cuối tuần em thường đi đâu và làm gì?
_____
_____

(8) Em thấy sống ở trong trường thế nào? Có vui vẻ không?
_____
_____

4. 请参照语法注释部分，翻译以下对话或句子，注意画线部分词汇的越语表达法。
(1) -今天下午几点开班会？
　　-下午5点<u>整</u>。
_____
_____

(2) -你最后一次见到他是什么时候？在哪里？
　　-昨晚<u>大概</u>九点多的时候，我还在学校门口见到他。
_____
_____

(3) -你做这一课的练习题花了多长时间？
　　-我只花<u>不到</u>半个小时。
_____
_____

(4) <u>从今以后</u>，咱们就各奔西东（ai đi đường nấy）了，以后可能很难见面了。
_____
_____

(5) 今天到课的同学人数为40人<u>左右</u>。
_____
_____

(6) 他出国都<u>好几天</u>了，还不见有什么消息回来，真是急死人了（lo chết đi được）！
_____
_____

(7) 我是轮滑（trượt Patin /Pa tanh）俱乐部成员，<u>每天</u>下午放学后我都去练习轮滑<u>约</u>1个小时。

_____
_____

(8) <u>作为</u>咱们班的班长，这件事你当然要负责啊！

_____
_____

(9) <u>一旦</u>碰到一丁点儿 (một tí ti) 的委屈 (tủi thân)，她<u>就</u>会掉眼泪。

_____
_____

5. 请同学们就课文内容进行相互提问和对答练习。
6. 请根据自己的实际情况写一篇短文，向大家介绍你一天或一周的学习生活。

BÀI 11 ĂN CƠM Ở NHÀ HÀNG
第十一课 在饭馆吃饭

I. Hội thoại   会话

Tình huống 1   Rủ bạn đi ăn cơm
情景1   邀约朋友去吃饭

A: Ôi, Hải Đăng đấy à? Lâu lắm không gặp cậu.   噢，是海登呀。好久不见了。

B: Chào Quốc Việt. Cậu khỏe không?   国越你好。还不错吧?

A: Cảm ơn cậu, tớ vẫn bình thường. Bây giờ cậu có rảnh rỗi không? Đi ăn tối với tớ nhé?   谢谢，我还好。你现在有空吗？跟我一起去吃饭好吗?

B: Rảnh thôi. Ăn ở đâu?   有空啊。去哪里吃?

A: Đi Nhà hàng Đông Phương Hồng hay Nhà hàng Hoa Viên nhé? Hai nhà hàng này đều có món ăn Trung Quốc, ngon lắm.
去东方红餐馆或华园餐厅怎么样？这两个餐馆都有很好吃的中国菜。

B: Thôi, đừng ăn ở nhà hàng, đắt quá. Ăn ở ngoài tốt hơn, vừa ngon vừa rẻ.
哦，别，别在餐馆吃，太贵了。在外边吃好一些，又好吃又便宜。

A: Ừ, cũng được. Cậu có biết ở đâu có không?   嗯，也好。你知道在哪里有吗?

B: Chúng ta có thể tìm thấy trên đường đến hồ Tây.   咱们可以在到西湖的路上找到。

A: Ồ, xa quá. Hay là chúng ta đi Quán Ăn Ngon Hà Nội nhé? Nghe nói ở đấy có tất cả các món ăn đặc biệt của cả miền Bắc, miền Trung và miền Nam đấy. Giá tiền cũng không đắt lắm.
哦，太远了。要不咱们去河内美食城吃吧?听说在那里有北部、中部、南部的各种特色小吃，而且价格也不是很贵。

B: Quán Ăn Ngon mà cậu nói ở đâu nhỉ?   你所说的美食城在哪里呢?

A: Ở số 18, Phan Bội Châu, gần đây thôi mà.   在范佩珠街18号，离这里很近的。

B: Ừ, thế thì hay quá. Ta đi ăn thử. Ta hãy đi ngay bây giờ nhé?
哦，那就太好了。咱们去品尝品尝。咱们现在马上就走吧?

A: Ok, đi.   好的，走!

Tình huống 2　Ăn cơm ở nhà hàng
情景2　在餐馆吃饭

A: Kính chào quý khách. Mời cô và các ông vào ạ. Ồ, lâu lắm không gặp ông Tân rồi nhỉ?　欢迎光临。各位请进。哦，好久不见新先生啦。

B: Ừ, tôi về Đài Loan được một thời gian rồi.　嗯，我回台湾一段时间了。

A: Quý vị thích ngồi đâu ạ? Hay là ngồi cạnh cửa sổ cho mát nhé?
各位要坐哪里？要不坐窗户旁凉快些？

B: Ừ, hay quá　嗯，太好了。

A: Mời quý vị uống trà đá trước. Và đây là khăn ướt. Đây là menu rượu, bia và nước uống, đây là thực đơn. Bây giờ quý vị gọi món chưa ạ?
请各位先喝冰茶。这是湿巾。这是酒水单，这是菜单。现在要点菜了吗？

B: Cứ từ từ đã. Cho chúng tôi nghỉ tý đã.　慢慢来。让我们先休息一下。

A: Dạ, vâng ạ. Hay là quý vị gọi món canh trước, để khỏi tý nữa đông khách phải chờ lâu.　哦，好的。要不你们先点汤水，以免待会儿客人多了要等久。

B: Ừ, đúng nhỉ. Cho chúng tôi canh ngao cà chua đi. Về món mặn, nhà hàng hôm nay có món gì đặc biệt không em?
嗯，对呀。给我们来个番茄蛤蜊汤吧。荤菜方面，今天你们饭店有什么特色菜吗？

A: Dạ, có ạ, nhiều lắm. Hôm nay có súp lươn, nem và thịt quay.
有啊，很多。今天有鳝鱼羹、春卷和烤肉。

B: Ừ, tôi rất thích nem. Tôi đã từng ăn ở Pháp.
哦，我很喜欢春卷。我曾经在法国吃过。

A: Ồ, xin lỗi, ông là người đâu ạ?　哦，抱歉，请问你是哪里人？

B: Tôi là người Đài Loan. Còn đây là ông Tế và cô Mỹ Linh. Họ đều là bạn của tôi và đều là người Đài Loan. Cả hai đều nói thạo tiếng Việt Nam và rất sành ăn đấy.
我是台湾人。这是际先生和美玲小姐。他们都是我的朋友并且都是台湾人。他们俩都能熟练说越南语并且都是美食家哦。

A: Thế à, hay quá! Rất hân hạnh được phục vụ các vị ở nhà hàng chúng em. Các vị ăn món mặn gì ạ?
这样啊，真好！很荣幸能够在这里为各位效劳。你们要吃些什么荤菜呢？

B: Xin cho chúng tôi món thịt bò nướng, cua biển, bánh tôm và nem Sài Gòn.
请给我们烤牛肉、海蟹、虾饼和西贡春卷。

A: Vâng, các ông dùng thịt bò tái hay chín ạ?
好的，你们要半生牛肉还是要熟透的呢？

B: Ồ, tái cho hai chúng tôi và chín cho cô Mỹ Linh. À, ở đây có bia Heineken không nhỉ?

请给我们俩半生的，给美玲小姐熟透的。哦，在这里有喜力啤酒吗？

A: Dạ, có ạ. Ông lấy bia lon hay bia chai ạ?　有的。你们要罐装的还是瓶装的呢？

B: Xin cho chúng tôi 3 lon.　请给我们3罐。

A: Vâng ạ. Các ông còn dùng rau gì nữa không?　好的。你们要什么蔬菜吗？

B: Ừ, xin cho chúng tôi một suất su su luộc và một đĩa súp lơ.

哦，请给来份水煮佛手瓜和一碟椰菜花。

A: Vâng, xin các ông chờ một chút. Món ăn được mang ra ngay ạ. Bây giờ mời các vị dùng món súp lươn trước ạ.

好的，请等一会儿。菜马上就来。现在请各位先品尝鳝鱼羹。

B: Rồi, cảm ơn.　好的，谢谢。

…

B: Em ơi, cho tôi tính tiền đi.　服务员，请给我结账！

A: Dạ, thanh toán rồi ạ? Đây còn có tráng miệng ạ.

啊，要结账了呀？这还有餐后点心呢。

B: Hoa quả này có phải mất tiền không?　这些水果要算钱吗？

A: Dạ, không ạ. Quý vị ăn đủ 500 nghìn thì nhà hàng xin tặng ạ.

哦，不用。你们消费满50万越盾我们饭店就赠送餐后水果。

B: Rồi, cảm ơn. Và tính tiền cho tôi luôn nhé.　好的，谢谢。也顺便给我买单吧。

A: Dạ, vâng ạ…Của ông hết 683 nghìn đồng ạ.　好的。您总共花了68万3千越盾。

B: Rồi. Tiền đây, 700 nghìn. Đúng rồi, nhớ cho tôi hóa đơn nhé.

好的。给你钱，70万越盾。对了，记得给我发票。

A: Dạ, vâng ạ…Đây là hóa đơn. Đây là 17 nghìn xin trả lại ông ạ.

好的……给您发票。这是找给您的1万7千越盾。

B: Rồi, tôi lấy hóa đơn là được rồi. 17 nghìn cho em tiền bo nhé.

好的。我只要发票就可以了。这1万7千越盾给你算是小费吧。

A: Dạ, cảm ơn ông ạ. Em xin ạ. Các ông ăn có ngon miệng không ạ?

好啊，谢谢您。你们觉得饭菜好吃吗？

B: Ừ, cũng ngon. Chào nhé.　嗯，还好。再见了。

A: Dạ, vâng ạ. Mời các ông lần sau lại đến nhé. Chào các ông ạ.

好的，欢迎下次再来。再见。

II. Bài học   课文

THÓI QUEN ĂN UỐNG CỦA NGƯỜI VIỆT NAM

Bữa sáng, người Việt Nam đi làm thường ăn ở ngoài. Các món sáng của người Việt Nam rất phong phú, có các loại phở, miến, các loại cháo và các loại bánh. Phở thì có phở gà, phở bò, phở ốc, phở xào. Bún thì thường là bún chả, ăn với một bát nước chua ngọt trong đó có thịt nướng và đu đủ sống, ngoài ra còn có một đĩa rau sống, là món đặc sắc của người Việt. Miến thì có miến ngan, miến trộn, miến nước. Mỳ có mỳ nước, mỳ xào bò, mỳ xào thập cẩm. Cháo thì có cháo lòng, cháo thịt, cháo hải sản, cháo trắng... Các loại bánh ngoài bánh bao, bánh cuốn, bánh chưng rán, bánh dày, bánh cốm, bánh phu phê ra, còn có các loại bánh mỳ bao gồm bánh mỳ Thổ Nhĩ Kỳ, bánh mỳ trứng, bánh mỳ ba tê v.v. Khi ăn sáng, người ta còn thích ăn kèm quẩy.

Cũng như người Trung Hoa, bữa chính của người Việt Nam lấy cơm làm món chính. Dù thức ăn nhiều mấy, ngon mấy, cũng phải có ba bát cơm vào bụng mới được. Người Việt Nam cũng ăn cơm kèm theo các món ăn. Có điều đáng nói là, do thời tiết nóng, nên người Việt Nam thích ăn món nhạt, ít dầu, món chua.

Cách nấu nướng của người Việt hơi khác với người Trung Hoa, ví dụ người Việt thích ăn các món luộc, món rán, món nguội và món sống.

Món luộc tức là các món ăn được luộc bằng nước sôi, không cho muối, dầu và các gia vị khác vào, sau đó chấm nước mắm ăn. Ví dụ rau muống luộc là món thường gặp nhất trong bữa ăn của người Việt, ngoài ra còn có các loại rau luộc khác, dưa luộc và gà luộc, thịt luộc, ốc luộc, tôm luộc, ghẹ luộc v.v.

Món rán bao gồm cá rán, gà rán, thịt bò rán, thịt ba chỉ rán, nem rán, trứng rán, bánh chưng rán v.v. Các món có thể ăn sống cũng tương đối nhiều, có rau sống, dưa chuột sống, đu đủ sống, ngoài ra còn có một loại thịt có thể ăn sống gọi là *nem chua*. Máu cũng có thể ăn sống gọi là *tiết canh*, ví dụ tiết lợn, tiết vịt v.v. Nem chua và tiết canh đều là món đặc sắc của người Việt Nam.

Món nguội tức là các món ăn được nấu sẵn trước, khi ăn không phải làm nóng lại mà là ăn nguội trực tiếp, ví dụ cá rán, thịt rán, thịt luộc, chả cá, chả thịt, nem chua v.v.

Vì thời tiết quanh năm nóng, nên người Việt Nam cũng rất thích uống các loại đồ uống lạnh, khi uống họ thường cho đá vào, ví dụ bia lạnh, dừa đá, mía đá và các loại sinh tố có đá, thậm chí khi uống trà họ cũng cho đá vào gọi là *trà đá*. Ngoài ra, người Việt Nam còn rất thích ăn kem, kem xôi và các loại chè có đá.

越南人的饮食习惯

早餐，要去上班的越南人常常在外面吃。越南人的早餐很丰富，有各种粉面，各种粥和各种糕点。粉就有鸡肉粉、牛肉粉、螺蛳粉、炒粉。米线常常是烤肉米线，就着一碗酸酸甜甜的汤水吃，汤水里面还放有烤肉和生木瓜，另外还有一碟生菜，这是越南的一种特色吃法。粉丝有鸭肉粉丝、干捞粉丝、水煮粉丝。面就有水煮面、牛肉炒面、什锦炒面。粥就有鸡杂粥、瘦肉粥、海鲜粥、白粥等。各种糕点类除了面包、卷筒粉、煎肉粽、圆糍粑、糯米糕、夫妻饼外，还有各种长面包，如土耳其式长面包、煎蛋长面包、肉酱长面包等。吃早餐的时候，人们还喜欢吃点油条。

跟中国人一样，越南人的正餐是以米饭为主的。不管菜有多少、有多好吃，也要有三碗饭进肚子才行。越南人也就着各种菜肴吃饭。值得一提的是，由于天气炎热，越南人喜欢吃各种清淡的菜，喜欢油水少的和酸的食物。

越南人的烹饪方法与中国人的也有较大的区别，比如越南人喜欢各种水煮的、煎炸的和生冷的食物。

白煮就是用白开水煮熟的食物，不放油盐和其他酱料，然后蘸着鱼露吃。比如水煮空心菜就是越南用餐时最常见的一道菜，此外还有许多其他水煮的蔬菜类、瓜果类和白切鸡、白切肉类、水煮田螺、白灼虾、白灼蟹等。

煎炸类包括煎鱼、煎鸡块、煎牛排、油炸五花肉、煎春卷、煎蛋、煎肉粽等。而各种可以生吃的东西也很多，有生菜、生黄瓜、生木瓜，此外还有一种可以生吃的肉叫做酸肉粽。血也可以生吃，叫做血冻（血红），如猪红、鸭红等。酸肉粽和血冻都是越南的特色风味。

冷食就是各种预先做好的食物，到吃的时候不用再加热，直接吃冷的，比如煎鱼、油炸肉、鱼糕、肉糕、酸肉粽等。

由于常年天气炎热，越南还喜欢喝冷饮，喝的时候他们常常加冰块，比如冰啤、冰镇椰子汁、冰镇甘蔗汁和各种冰镇果汁，甚至喝茶的时候也加冰块，叫做冰茶。此外，越南人还很喜欢吃冰激凌、冰激凌糯米饭和各种加冰的甜羹。

TỪ MỚI 生词

1	nhà hàng 餐馆，饭店	5	ngon 好吃，美味
2	rủ 约，邀约	6	rẻ 便宜
3	rảnh rỗi 空闲，有空	7	giá tiền 价钱，价格
4	món ăn 食物；菜（指一道道菜）	8	ăn thử 尝，品尝

第十一课 在饭馆吃饭

9	ngay 马上，立即	36	suất 份
10	kính chào 欢迎	37	đĩa 碟
11	cho 以便，以（连词，表目的）	38	súp lơ 花椰菜
12	mát 凉快，凉的	39	dùng 使用；用（客气、礼貌的说法）
13	tìm thấy 找到	40	thanh toán 结账
14	quý vị 各位	41	tráng miệng 饭后点心，饭后水果
15	quý khách 贵客，贵宾	42	tính tiền 结账，买单
16	trà đá 冰茶	43	luôn 顺便
17	khăn ướt 湿巾	44	hóa đơn 发票
18	menu 菜单，酒水单的总称	45	trả lại 退还
19	thực đơn 食谱，菜单	46	tiền bo 小费
20	từ từ 慢慢地，缓缓地	47	ngon miệng 好吃，可口
21	đã 先（副词，表先做某事）	48	lần sau 下次
22	khỏi 以免，避免	49	thói quen 习惯
23	món mặn 荤，肉菜	50	thường 常常，经常
24	thạo 熟练	51	chua ngọt 酸甜
25	nhà sành ăn 美食家	52	ngan 西洋鸭
26	canh 汤	53	trộn 搅拌，干捞
27	nem 春卷	54	thập cẩm 什锦
28	súp 羹	55	lòng 肠子，内脏
29	quay 烤	56	kèm 附带的，就着
30	nướng 烧，烧烤	57	quẩy 油条
31	hân hạnh 荣幸	58	bữa chính 正餐
32	tái 半熟	59	món chính 主食
33	chín 熟	60	dù 尽管，不管
34	lon 罐	61	điều 点，条，事情
35	chai 瓶	62	nhạt 淡的，清淡的

63	nấu nướng 烹饪		76	nem chua 酸肉粽
64	luộc 白煮的		77	máu 血
65	rán 炸，煎炸		78	tiết canh 血（指可以食用的动物血）
66	nguội 生冷的，凉的		79	nấu 煮
67	sống 生的；活的		80	sẵn 现成的
68	nước sôi 开水		81	chả 肉丸；烤肉
69	gia vị 调料，酱料		82	đồ uống 饮料
70	chấm 蘸		83	mía 甘蔗
71	dưa 瓜，瓜类；腌菜类		84	sinh tố 鲜果汁，生榨果汁
72	thịt ba chỉ 五花肉		85	thậm chí 甚至
73	tương đối 相对		86	kem 冰激凌
74	dưa chuột 黄瓜		87	kem xôi 冰激凌糯米饭
75	đu đủ 木瓜		88	chè 甜羹，甜品；茶叶

III. Ghi chú ngữ pháp 语法注释

1. hay的用法。

(1) hay有"或"、"还是"的意思，表示选择，如：

-Các ông dùng thịt bò tái *hay* chín ạ? 好的，你们要半生牛肉还是要熟透的呢？

-*Hay là* chúng ta đi Quán Ăn Ngon Hà Nội nhé? 要不咱们去河内美食城吃吧？

(2) hay有"好"、"精彩"的意思，如：

-Thế à, *hay* quá! 这样啊，太好了！

-Tiết mục biểu diễn tối nay *hay* quá. 今晚的表演节目太精彩了。

(3) hay有"常常"、"经常"的意思，如：

-Tôi không *hay* về nhà. 我不经常回家。

-Tôi *hay* đến đây ăn cơm. 我经常来这里吃饭。

(4) hay还有"知道"、"喜欢"、"稀罕"等意思，如：

-Cậu cứ đến rồi sẽ *hay*. 你先来，到时候就知道了。

-Nó chẳng *hay*. 他根本就不稀罕。

2. Cả的用法。

(1) 作为形容词cả有"大"的意思，如：anh cả 大哥，chị cả 大姐，con cả 家中最大的孩子。

(2) 数词cả，表示全部，放在名词前或动词后，如：cả lớp全班, cả nước全国

-*Cả* nhà đi vắng. 全家都出去了。

-*Cả* hai đều nói thạo tiếng Việt và rất sành ăn đấy.
他们两个都能熟练说越语并且都是美食家呢。

-Tôi chỉ có hai quyển sách mà anh đòi mượn hết *cả* thì tôi lấy gì mà đọc?
我只有两本书，你都拿去了叫我读什么呢?

(3) 副词cả，放在动补结构的后面作状语，表示范围，有"全""统统"的意思，如：

-Nhà đi vắng *cả*. 全家人统统都出去了。

-Vạn vật khô héo *cả*. 万物都枯萎了。

+cả还可以和không, chưa等否定副词组成không(chưa)…cả 的结构，表示强烈的否定，但插在không(chưa)…cả之间的词组必须含有疑问词，如：

-Hôm nay *không* ai đến muộn *cả*. 今天没有人迟到。

-Sáng nay tôi *chưa* ăn gì *cả*. 今天早上我什么都没有吃。

(4) 语气词cả，表示连某事物也包括在某范围内，如：

-*Cả* lớp trưởng cũng không biết việc này. 就连班长都不知道这件事。

-Trời rét thế này, tôi mặc *cả* áo bông vẫn không thấy ấm lắm.
天这么冷，我连棉衣都穿上了仍然不觉得暖和。

3. **hãy**的用法。

副词hãy放在动词前，主要有下列几种意思：

(1) 表示命令、要求、号召，如：

-Chúng ta *hãy* đi ngay nhé. 咱们马上走吧。

-Cậu *hãy* đợi tớ một lát. 你等我一下。

-Các bạn *hãy* cố gắng học tập, không phụ lòng mong mỏi của tổ quốc.
大家要努力学习，不要辜负祖国的期望。

(2) 表示某动作应在某一时间之后或另一动作之后出现，如：

-Hôm nay không kịp rồi, mai *hãy* làm tiếp nhé. 今天来不及了，明天再接着做吧。

-Làm xong bài rồi *hãy* đi chơi. 先做完作业再去玩。

(3) 表示应先做某事，此时hãy常常与đã连用，形成"hãy+动补+đã"，因为đã单独放在动补后面也可以表示"先做某事"，如：

-Nhân dịp giảm giá, *hãy* mua về *đã*, sớm muộn cũng phải dùng.
趁打折，先买回去，迟早也要用到。

-Mình cứ ôn bài *đã*, biết đâu đấy ít hôm nữa sẽ thi thì sao.

我先复习功课吧，说不定几天后要考试。

4. tuy, song, tuy nhiên 的区别。

(1) tuy 是"虽然"的意思，常与 nhưng, vẫn 连用组成"tuy…nhưng…""tuy…vẫn…"等关联词组，如：

-*Tuy* bố mẹ tôi phản đối, nhưng tôi *vẫn* quyết định làm.

虽然我父母反对，但我仍然决定要做。

-*Tuy* trời mưa, chúng tôi *vẫn* tiếp tục cuộc thi đấu.

虽然天下雨，我们仍然继续比赛。

(2) song 是"然而"的意思，表示转折，如：

-Trời mưa to. *Song* chúng tôi vẫn làm tiếp. 天下大雨，然而我们仍继续做。

(3) tuy nhiên 是"虽然如此、尽管如此"、"然而"的意思，用法与 song 一样，一般放在句首。如：

-*Song/Tuy nhiên* mức tiêu thụ cũng không phải là ít ở những nơi nóng bức vùng Trung Đông.

然而，在中东一些炎热的地方茶的消费量也不少。

IV. Kiến thức mở rộng 扩充知识

TTừ ngữ bổ sung 补充词汇:

1. Các đồ ăn thức uống thường gặp ở Việt Nam 越南常见的食品名称:

Bia 啤酒:

Bia Hà Nội 河内啤酒	Bia Heniken 喜力啤酒	bia Tiger 虎牌啤酒
Bia Sài Gòn 西贡啤酒	bia hơi 扎啤	Bia lon 罐啤

Đồ uống 饮料:

Coca Cola 可口可乐	Fanta 芬达	Seven up 七喜
Nước cam 橙汁	Nước chanh leo 百香果汁	nước chanh 柠檬汁
Nước dừa 椰子汁	Nước mía 甘蔗汁	nước khoáng 矿泉水

Sinh tố 生榨果汁:

Sinh tố xoài 芒果汁	sinh tố đu đủ 木瓜汁	sinh tố cam 鲜榨橙汁
Sinh tố dưa hấu 西瓜汁		

Chè 甜品（羹）:

Chè thập cẩm 什锦羹	Chè Huế 顺化羹	chè hoa quả 水果羹
Chè bưởi 柚子羹	Chè Sài Gòn 西贡羹	Sữa chua nếp cẩm 黑糯米酸奶

Cà phê 咖啡:

cà phê trung nguyên 中原咖啡	cà phê đen 纯咖啡	cà phê đặc 浓咖啡
cà phê nóng 热咖啡	cà phê sữa 加奶咖啡	cà phê đen cho đá 加冰纯咖啡

Chè（trà）茶:

Chè xanh 绿茶	Chè đỏ 红茶	chè hoa nhài VN 越南茉莉花茶
Chè sen VN 越南荷花茶	Chè Long Tinh 龙井茶	chè Phổ Nhĩ 普洱茶

Súp 羹:

Súp lươn 鳝鱼羹	Súp ngô gà 玉米鸡肉羹	súp cua 螃蟹羹
Súp hải sản 海产羹		

Salát 沙拉:

Salát dưa chuột 黄瓜沙拉	salát thập cẩm 什锦沙拉	Salát Nga 俄式沙拉

Rau 蔬菜:

rau bí xào 炒南瓜苗	ngọn su su xào 炒瓜苗	cải thảo xào tỏi 蒜茸炒白菜
cải xanh xào tỏi 蒜茸炒青菜	mồng tơi xào tỏi 蒜茸炒木耳菜	rau muống luộc 水煮空心菜

Canh 汤:

canh thịt cải xanh 青菜瘦肉汤	canh ngao cà chua 番茄蛤蜊汤	canh cua mồng tơi 汕菜螃蟹汤

Phở 粉, mỳ 面:

phở gà 鸡肉粉	phở bò 牛肉粉	phở chay 素粉
phở xào 炒粉	mỳ xào thập cẩm 什锦炒面	Mỳ xào bò 牛肉炒面

Bún 圆粉, Miến 粉丝:

bún chả 熏肉米线	bún cua 螃蟹米线	bún bò 牛肉米线
bún ngan 鸭肉米线	miến ngan 鸭肉粉丝	bún ốc 螺蛳粉

Bánh mỳ 长面包：

bánh mỳ trứng	bánh mỳ ba tê	bánh mỳ Thổ Nhĩ Kỳ
煎蛋长面包	肉酱长面包	土耳其式长面包

Sữa 奶类：

sữa bò 牛奶	sữa chua 酸奶	sữa tươi 鲜奶
sữa trâu 水牛奶	sữa đậu nành 豆奶	trà sữa trân châu 珍珠奶茶

Hải sản 海产：

ốc luộc 水煮田螺	tôm luộc 白灼虾	ghẹ luộc 白灼花蟹
cua 螃蟹	ba ba 甲鱼、鳖	mực xào chua ngọt 酸甜鱿鱼

Món ăn đặc sắc Việt Nam 越南特色小吃：

trứng vịt lộn 毛鸭蛋	bánh chưng 越南粽子	bánh chưng rán 煎粽
bánh dày 糍粑	bánh cốm 糯米糕	bánh xu xê(phu thê) 夫妻饼
chả tôm cuốn 甘蔗虾	bánh tôm 虾饼	nêm chua 酸肉粽

Cơm 饭：

cơm trắng 白米饭	cơm rang thập cẩm 什锦炒饭	cơm xào Singapore 新加坡炒饭
cơm văn phòng 办公餐、工作餐	cơm tự chọn 自助餐	Fash food 速食，快餐
cơm nếp（煮）糯米饭	xôi（蒸）糯米饭	xôi gà 鸡肉糯米饭
kem xôi 冰激凌糯米饭	cơm niêu 瓦煲饭	cơm lam 竹筒饭

Món ăn 菜：

thịt bò 牛肉	thịt lợn 猪肉	thịt gà 鸡肉
thịt cá 鱼肉	thịt vịt 鸭肉	thịt ngan 鸭肉（指西洋鸭）
thịt ngỗng 鹅肉	thịt quay 烤肉	vịt quay 烤鸭，烧鸭
thịt bò rán 煎牛排	sườn 排骨	xương 骨头，鱼刺
sườn chua ngọt 酸甜排骨	măng 笋	măng chua 酸笋
dưa (rau) muối 酸菜、酸嘢	xúc xích 火腿肠	giăm bông 灌肠
lạp xưởng 腊肠、香肠		

2. Từ ngữ tương quan khác 其他相关词汇：

Các mùi vị 各种味道：

chua 酸	ngọt 甜	đắng 苦
cay 辣	mặn 咸	nhạt 淡
thối (hôi) 臭	thơm 香	ngon 好吃、美味

Gia vị, đồ chấm và rau ghép 各种调料、蘸酱和配菜：

mì chính 味精	dầu/ mỡ 油	muối 盐巴
xì dầu 酱油	rượu trắng	giấm 醋
giấm tỏi 蒜醋	bột ngọt 鸡精	ớt 辣椒
tỏi 蒜	hành 葱	rau tía tô 紫苏
nước mắm 鱼露	mắm tôm 虾酱	gừng 姜
nghệ 姜黄	rau thơm/ Rau mùi 香菜	tương ớt 辣椒酱
bơ/format 奶油	mù tạt 芥末	

Cách nấu nướng 烹饪方法：

nấu 煮	luộc 水煮、白灼	chiên 煎
rán 炸	nướng 烧烤	quay 烤
hấp 蒸	xào 炒	om 焖

Nhiên liệu 燃料：

củi 木柴	gas 煤气	dầu mỏ 石油
dầu nhờn 润滑油	dầu thải 废弃机油	dầu hỏa 煤油
than 煤	than cục 煤球	than đá 煤炭、煤渣
than củi 木炭	than hoa 木炭	xăng 汽油

V. Bài tập 练习

1. 请根据本课内容，围绕"你喜欢吃什么菜？你的拿手菜是什么？怎么做？你喜欢去哪里吃饭？"等话题练习对话。
2. 熟练掌握越语中与饮食相关的各种词汇，向大家介绍你自己的饮食爱好，你最拿手的一道菜。

3. 请根据实际情况回答以下问题，同时进行口头对话练习。

(1) Bình thường các em hay ăn cơm ở đâu?
_____

(2) Bình thường em ăn sáng bao nhiêu tiền một bữa? Còn ăn cơm trưa và ăn cơm tối thì sao?
_____
_____

(3) Bình thường em thích ăn những món gì?
_____
_____

(4) Em có hay đi nhà hàng ăn cơm không? Khoảng bao lâu em đi nhà hàng ăn cơm một lần?
_____
_____

(5) Nếu em muốn thết mấy bạn thân một bữa cơm, em sẽ mời các bạn ấy ăn cơm ở đâu? Tại sao?
_____
_____

(6) Em đã từng ăn nêm Sài Gòn lần nào chưa?
_____

(7) Ở thành phố em có những món đặc sắc gì? Em thích ăn những món gì nhất?
_____
_____

(8) Em có thích ăn thịt bò không? Em thích ăn thịt bò tái hay chín?
_____
_____

(9) Bình thường em hay uống đồ uống gì?
_____

(10) Bình thường em có hay ăn đồ vặt không? Em thích nhất là những đồ vặt gì?
_____

4. 请参照语法注释部分，将下列句子翻译成越南语，注意画线部分的越语表达法。

(1) 我<u>什么都</u>不会说的，因为我<u>什么都</u>不懂！
_____

第十一课　在饭馆吃饭

(2) 在越南留学的时候，我们<u>常常</u>到咖啡馆喝咖啡或鲜榨果汁，以使用免费wifi。
_____
_____

(3) 我不<u>经常</u>在饭堂吃饭，而是<u>经常</u>叫外卖(gọi đồ ăn bên ngoài)。
_____

(4) 你说得这么好，但她根本就不<u>稀罕</u>！
_____

(5) <u>就连</u>他母亲都不知道他去了哪里。
_____

(6) 从昨天到现在，我<u>哪里都没</u>去！
_____

(7) 春天来了，<u>万物都</u>苏醒（bừng tỉnh）了。
_____

(8) 你要喝什么？甘蔗汁（nước mía）<u>还是</u>椰子汁（nước dừa）？
_____

(9) 大家<u>再</u>坚持一个月，考上大学就轻松（thoải mái）了。
_____

(10) 你<u>先</u>把作业做完，然后想做什么都可以。
_____

(11) <u>虽然</u>婚事受到双方父母的反对，但他们俩<u>还是</u>决定结婚。
_____
_____

(12) 我知道这个任务很难完成。<u>然而</u>我不怕困难，我不会中途放弃的。
_____
_____

(13) <u>尽管</u>我父母很担心，<u>然而</u>我还是决定独自赴美留学。
_____

5. 将学生分成两组，就课文内容进行问和答练习。
6. 请根据实际情况，以 "Thói quen ăn uống của người Trung Quốc"、"Thói quen ăn uống ở quê tôi" 或 "Thói quen ăn uống ở thành phố ..." 为题，写一篇短文，向大家介绍中国人的饮食习惯、你家乡的、或某个城市人民的饮食习惯。

BÀI 12   MUA BÁN
第十二课　买卖

I. Hội thoại   会话

Tình huống 1   Mua hoa quả

情景1   买水果

A: Cô ơi, bưởi này cô bán bao nhiêu tiền một quả ạ?

　　阿姨，请问柚子多少钱一个啊？

B: Quả to bán 30 nghìn, còn quả bé 25 nghìn, cháu lấy quả nào?

　　这个大的卖3万越盾，这些小的卖2万5千越盾，你要哪个？

A: Quả bé này bé hơn nhiều so với quả to mà cũng bán 25 nghìn ạ? Sao đắt thế?

　　这个小的比大的小得多嘛，也卖2万5千越盾呀？怎么这么贵？

B: Quả bé này là bưởi đào, ngọt lắm, cho nên cũng phải 25 nghìn đấy.

　　这些小的是红心的，很甜的，所以也要2万5千越盾呢。

A: Thế à? Thế cháu mua quả bưởi đào này để ăn thử xem sao.

　　是吗？那我买红心的吃看看怎么样。

　　Còn nải chuối này bán bao nhiêu ạ?   那这串香蕉卖多少呢？

B: Chuối Sài Gòn, ngon lắm. Nải này bán 25 nghìn.

　　这是西贡蕉，很好吃的。这串卖2万5千越盾。

A: Có thể bớt được không ạ? 22 nghìn được không cô?

　　可以少点吗？2万2千越盾可以吗？

B: Ừ, được rồi, bán hết để được về sớm. Tất cả 47 nghìn.

　　嗯，也行，卖完好早点回去。总共4万7千越盾。

A: Cháu mua nhiều, 45 nghìn cô nhé?   我买的多嘛，4万5千越盾好吗？

B: Sao cháu khéo mặc cả thế? Ừ, được thôi, bán cho cháu vậy.

　　你怎么这么会砍价呀？嗯，好吧，卖给你吧。

A: Vâng, cháu gửi tiền cô ạ.   给您钱。

118

Tình huống 2　Mua quần áo

情景2　买衣服

A: Chị cần gì ạ?　你要买什么呢？

B: Chị có quần bò bán không ạ?　你这儿有牛仔裤卖吗？

A: Có chứ, mời chị đi lối này. Bên này nhiều lắm.　有啊，请走这边。这边很多。

B: Chị lấy cái quần màu xanh kia cho em xem nhé?　你帮我拿那条蓝色的给我看看。

A: Vâng, được ạ. Chị lấy cỡ nào ạ?　好的，你要哪个型号的？

B: Cỡ nhỏ. Ở đây có phòng thử không ạ?　小号的。这里有试衣间吗？

A: Có ạ. Chị đi theo người đội mũ đỏ kia.　有啊，你跟着那个戴红色帽子的人去。

B: Thế nào? Em mặc có vừa không?　怎么样？我穿得合适吗？

A: Được chứ, quần này trông vừa với chị lắm.　可以啊，这裤子看起来很合适你啊。

B: Nhưng hình như hơi chật.　但好像有点小。

A: Thế thì lấy cỡ M vậy.　那就要中号的吧。

B: Vâng…Ồ, cỡ này mặc thì dễ chịu hơn rồi.
好的……嗯，中号穿起来好像舒服一些了。

A: Vâng, chị mặc quần này trông đẹp lắm đấy.　是呀，你穿这裤子很漂亮呢。

B: Giá bao nhiêu hả chị?　价格多少呢？

A: Quần này bán 300 nghìn ạ.　这条裤子卖30万越盾。

B: Chị nói thách thế? Có bớt được không?　怎么叫价这么高呀！可以少一点吗？

A: Mình có nói thách đâu? Vì kiểu này là kiểu mới, tháng này mới nhập từ Hàn Quốc về, cho nên bán đắt một chút đấy. Chị trả bao nhiêu?
我哪里叫什么价了？因为这是新款，这个月才从韩国进口的，所以卖得稍微贵一些。你给多少？

B: 200 nghìn được không?　20万越盾可以吗？

A: Không, không bớt được nhiều thế đâu. Tiền nào của ấy mà. Ít nhất cũng phải 250 nghìn mới được.
不，不能少这么多的。一分钱一分货嘛，至少要25万越盾才行。

B: 220 nhé. Chị có bán thì em mua. Không bán thì thôi vậy.
22万越盾好吗？你要卖我就要。不卖就算了。

A: Thôi, được, bán cho chị vậy. Lãi ít cũng phải bán để lấy vốn quay vòng. Mình gói lại cho chị nhé?　好了好了，卖给你吧。薄利多销以周转资金。我帮你包起来吧。

B: Vâng, tiền đây ạ.　好的，给你钱。

A: 220 nghìn, trả lại chị 80 nghìn.　22万越盾，找你8万。

B: Chị bán chạy nhé.　祝你生意越做越好。

A: Chị đi nhé. Lần sau lại đến nhé, em bán rẻ cho.
   你走好。下次再来啊，我便宜卖给你。

B: Vâng, cảm ơn chị. Chào chị.   好的，谢谢。再见。

II. Bài học   课文

CHỢ VIỆT NAM

Nếu bạn đến Việt Nam mà không đi thăm các chợ thì khó có thể thấy hết sự phong phú của sản vật, mức sống của người dân Việt Nam và phong tục tập quán của dân tộc Việt.

Ở Việt Nam có một loại chợ đặc biệt. Đó là chợ *đuổi*. Chợ *đuổi* là tên của một loại chợ không hợp pháp do người Hà Nội đặt cho. Người ta rủ nhau xuống đường, ngang nhiên họp chợ trên lòng đường. Nếu bị cảnh sát đuổi thì đâu có thể họp tiếp. Người ta lại chạy đến nơi khác. Sau một thời gian ngắn rồi lại trở về chỗ cũ, lại họp chợ như thường.

Ngoài chợ đuổi còn có thêm chợ *hẻm*, chợ *xóm*, chợ *đầu ngõ*, chợ *bến*, chợ *bờ*…

Về thời gian: có chợ *sớm*, chợ *chiều*, chợ *trưa*, chợ *tối*, chợ *đêm*, chợ *khuya*, chợ *ngày rằm*, chợ 30 *tết*, chợ *phiên*…

Đặc biệt có loại chợ chỉ chuyên bán một thứ gia cầm, gia súc như: chợ *cá*, chợ *chó*, chợ *trâu bò*, chợ *gà*, chợ *vịt*…

Cũng có thể dựa vào đa số sản phẩm mà đặt tên chợ như: chợ *gạo*, chợ *đường*, chợ *trái cây*, chợ *trời* – bán đồ cũ, chợ *vải*…

Dầu sao cũng không thể kể hết được các loại chợ, nhất là trong thời kỳ "mở cửa", "kinh tế thị trường" này. Óc sáng tạo phong phú và nhu cầu thúc đẩy kinh tế, đương nhiên, sẽ nảy sinh ra rất nhiều loại chợ mới lạ.

Ở Sài Gòn trước đây có chợ âm phủ. Ở Hà Nội cũng có chợ *hàng mã*, đáp ứng được mọi nhu cầu đa dạng của người mua, đặc biệt có nhiều loại hàng mã tinh xảo được làm khéo léo như một tác phẩm nghệ thuật.

Chợ trời có bán đủ các thứ hàng hóa. Đến đó ta có thể mua được đủ thứ đồ cũ với giá rẻ.

Chợ *phóng sinh* là loại chợ mang đầy màu sắc tôn giáo và tín ngưỡng của người Việt. Chợ này chủ yếu phục vụ ngày rằm, mồng một, nhất là rằm tháng bảy và 23 tết âm lịch hàng năm. Vào những ngày này, người ta thả các loại động vật ra để "xóa tội vong nhân". Mua xong, người thì thả ngay tại chỗ, người thì mang về nhà, sau khi làm lễ, cầu xin để giải oan…mới thả.

Ngoài chức năng mua bán, chợ miền núi còn là nơi diễn ra những sinh hoạt văn hóa dân gian của nhân dân. Nam nữ thanh niên hát đối đáp, hát giao duyên để bày tỏ tình cảm yêu đương. Đây là nét văn hóa còn lưu lại từ xa xưa.

Hà Nội có những chợ lớn tiêu biểu như: chợ *Đồng Xuân*, chợ *Hôm*, chợ *Mơ*, chợ *Bưởi*, chợ *Long Biên*. Ở Huế có chợ *Đông Ba*. Thành phố Hồ Chí Minh có chợ *Bến Thành*, chợ *Lớn*.

越南的集市

如果你到了越南却不去参观各个集市，那你就很难真正了解越南丰富的物产、越南人民的生活水平和越南民族的风俗习惯。

在越南有一种特别的集市，那就是追赶集市。追赶集市是河内人给一种不合法的集市起的名字。人们相约来到大路上，公然在大路上集合成市。如果被警察追赶，哪里还能继续成市？于是人们又跑到其他地方。等一段时间之后，人们又返回原处，又像往常一样集合成市。

除了追赶集市，还有胡同集市、村落集市、巷口集市、码头集市、岸边集市等。

按时间分就有早市、下午集市、中午集市、晚上集市、夜市、深夜集市、半月集市、年三十集市、圩日集市等。

还有一种集市只卖一种家禽家畜，如：鱼市、狗市、牛市、鸡市、鸭市等。

也可以根据出售的主要商品来给集市命名，如：米市、糖市、水果市场，露天市场是专卖旧货的，还有布市等。

不管怎么样也难以列举完各种集市，尤其是在现在这种革新开放、市场经济时期。人们的创新性和经济需求当然也会促使许多新奇的集市的形成。

在以前的西贡有阴府集市。在河内也有冥品集市，满足了购买者的多种需求，特别是有许多做工精巧的冥品精致得就像一件件艺术作品一样。

露天市场货品齐全，出售各种各样的东西。到那里，我们可以廉价买到各种各样的旧货。

放生集市是越南人带有浓厚宗教信仰色彩的市场。这个集市主要出现在农历初一、十五，尤其是每年的农历七月十五和腊月二十三。在这些日子里，人们放生各种动物以"给亡人洗罪"。买好动物之后，有的人当场放生，有的人则是先带回家，在拜佛、祈祷解冤之后才放生。

除了买卖职能，山区里的集市还是表现人们民间文化生活的地方。青年男女互相对歌传情以表达自己的爱慕之情。这是从久远时代流传下来的文化习俗。

河内较出名的大集市有：同春市场、天市、梅市、柚子市场、龙边市场等，在顺化有东坡市场，在胡志明市则有边城市场、堤岸集市。

TỪ MỚI 生词

1	quả 果，个（量词）		24	đuổi 追，追赶
2	bé 小，个小的，年纪小的		25	hợp pháp 合法
3	so với 与……相比		26	ngang nhiên 公然
4	sao 怎么样		27	lòng đường 路中央，大路上
5	nải 串（量词）		28	cảnh sát 警察
6	mặc cả 讨价还价，砍价		29	hẻm 胡同，缝
7	khéo 巧妙，灵活		30	xóm 村庄，村落
8	cỡ 码，号，尺寸		31	ngõ 小巷，胡同
9	phòng thử 试衣间		32	bến 港口，码头，车站
10	vừa 合适，适中；刚刚		33	bờ 岸，边
11	hình như 好像		34	khuya 深夜
12	chật 窄，瘦		35	trời 天，露天
13	dễ chịu 舒服，舒适		36	ngày rằm 农历十五
14	nói thách 叫高价，叫价很贵		37	phiên 番，次
15	kiểu 款式，样式		38	chuyên, chuyên môn 专门
16	tiền nào của ấy 一分钱一分货		39	gia cầm, gia súc 家禽家畜
17	gói 包		40	dựa vào 根据
18	lấy vốn quay vòng 周转资金		41	đa số 多数，大多数
19	bán rẻ 便宜卖		42	sản phẩm 产品，商品
20	bán chạy 好卖，畅销		43	gạo 大米
21	sản vật 物产		44	đường 糖；路
22	mức sống 生活水平		45	trái cây 水果
23	phong tục tập quán 风俗习惯		46	đồ cũ 旧货，二手货

47	dầu sao (=dù sao) 无论如何，不管怎么样	68	mang đầy màu sắc ... 充满……的色彩
48	thời kỳ 时期	69	tôn giáo 宗教
49	mở cửa 开门；改革开放	70	tín ngưỡng 信仰
50	thị trường 市场	71	tha 放，放开
51	óc sáng tạo 创造性，创新能力	72	xóa tội 洗罪，清洗罪孽
52	nhu cầu 需求	73	vong nhân 亡人
53	thúc giục 促进，推动	74	làm lễ 祭祀，做礼拜
54	đương nhiên 当然	75	cầu xin 求神，祭拜
55	nảy sinh 产生	76	giải oan 解除冤气
56	mới lạ 新奇	77	chức năng 职能，功能
57	âm phủ 阴间，阴曹地府	78	diễn ra 上演
58	hàng mã 冥品	79	sinh hoạt 生活
59	đáp ứng 满足（需求、要求等）	80	dân gian 民间
60	đa dạng 多样	81	hát đối đáp 对唱
61	tinh xảo 精巧，精致	82	giao duyên 结缘
62	khéo léo 巧妙	83	bày tỏ 表达
63	tác phẩm nghệ thuật 艺术作品	84	yêu thương 怜爱
64	hàng hóa 货物	85	nét 情况，印迹
65	thứ 种，种类	86	lưu lại 流传下来，遗留下来
66	giá rẻ 廉价	87	xa xưa 很久以前
67	phóng sinh 放生	88	tiêu biểu 有代表性的

III. Ghi chú ngữ pháp 语法注释

1. thử 的用法。

(1) thử 作动词，有"试、尝试"的意思，如：phòng thử 试衣间。

　　-Để tôi *thử* xem. 让我试试看。

　　-Anh có thể *thử* nó một cái. 你可以试他一下。

(2) thử 放在动词后作助动词，表示试着做某事，如：ăn thử 试吃、尝一下, mặc thử

试穿，đeo thử 试戴。

-Ở đây, bạn có thể *nếm thử* các món ăn ngon của miền Bắc, miền Trung và miền Nam. 在这里，你可以品尝来自北部、中部和南部的各种美食。

2. vào 的用法。

(1) vào 作动词，有"进入"、"开始"的意思，如：

-Chúng ta bắt đầu *vào* lớp nhé. 咱们开始上课吧。

-Anh *vào* đây, em có tí việc muốn nói với anh. 你进来，我有点事想跟你说。

(2) vào 放在动词后作助动词，表示动作的方向，如：

-Thầy giáo *đi* vào lớp học. 老师走进教室。

-Khi luộc, người Việt Nam không *cho* dầu, muối và các gia vị khác vào. 水煮的时候，越南人不放（进去）油、盐和其他调料。

(3) vào 还可以放在时间词前，组成时间状语放在谓语后，表示强调于某时间做某事，如：

-Chúng tôi họp *vào* 3 giờ chiều mai. 我们于明天下午3点开会。

-Tôi đến Hà Nội *vào* năm 2005. 我于2005年来到河内。

-Lớp chúng tôi chỉ học *vào* buổi sáng. 我们班只是早上上课。

+此类句子如果把时间词提出来放在句首，则 vào 可以省掉不用，这时只注重叙述事件，如：

-3 giờ chiều mai chúng tôi họp. 明天下午3点我们开会。

-Năm 2005, tôi đã đến Hà Nội. 2005年我来了到河内。

3. 关联词 thì 的用法。

(1) 放在条件（或假设）分句和结果分句的中间，表示条件（假设）结果关系，常常译作"就"，如：

-220 nghìn, chị có bán *thì* em mua. Không bán *thì* thôi vậy.

22万越盾，你要卖我就买。不卖就算了。

-Không có anh giúp đỡ *thì* chúng tôi không thể hoàn thành nhiệm vụ kịp thời được.

没有你的帮助，我们就不可能按时完成任务。

(2) 放在两个前后相续行为的分句间，表示时间紧接关系，说明后一个过程是紧接着前一个过程发生的，或是在前一个过程进行中发生的，如：

-May quá, tôi vừa về đến nhà *thì* trời mưa to. 太幸运了，我刚到家天就下大雨了。

-Tôi vẫn đang nằm mơ *thì* anh ấy đến. 我还在睡梦中，他就到了。

(3) 放在各个分句的主语和谓语之间，表示对比关系。如：

-Mua xong, người *thì* thả ngay tại chỗ, người *thì* mang về nhà, sau khi làm lễ Phật,

第十二课　买卖

cầu xin để giải oan…mới thả.

买好动物之后，有的人当场放生，有的人则是先带回家，在拜佛、祈祷解冤之后才放生。

-Kết quả vừa ra, người *thì* khóc, người *thì* cười.

结果一出来，有的人哭，有的人笑。

-Trời rét quá, người thì mặc áo da, người *thì* mặc áo bông.

天气太冷了，有的人穿皮衣，有的人穿棉衣。

(4) thì 把两个重复的词连起来，表示让步关系，有"无所谓、不在乎、虽然"之意，如：

-Cái máy di động này đẹp *thì* đẹp thật, nhưng không bền lắm.

这个手机漂亮是漂亮了，但不太耐用。

-Chết *thì* chết, tao không sợ. 死就死，我不怕。

(5) 放在主语和谓语之间，起强调作用，如：

-Tao *thì* không bao giờ sợ nó. 我就从来不怕他。

-Những người còn lại *thì* được phân phối như sau:…剩下的人就分配如下：……

(6) 放在状语（经常是时间状语或处所状语）和句子之间，表示语调上的停顿，如：

-Trước kia *thì* ông ấy là bạn thân với tôi. 以前，他是我的好朋友。

-Theo ý kiến của tôi *thì* chúng ta không nên động chạm đến chúng nó ngay.

　按照我的意见（的话），咱们不应该太快惊动到他们。

(7) 补语+thì +主谓，这是补语提前的一种句式，表示强调补语，如：

-Tiếng Anh *thì* nó thích học lắm. 英语他就很喜欢学。

-Hoa *thì* anh ta chưa bao giờ tặng cho ai. 花的话他就从来没有送给谁过。

4. 表示条件、假设关系的关联结构的用法。

(1) "dù/dầu…cũng/ vẫn…" 是"不管……也/还……"、"无论……都……"的意思，如：

-*Dù* thức ăn nhiều mấy, ngon mấy, *cũng* phải có ba bát cơm vào bụng mới được.

不管菜有多少、有多好吃，也要有三碗饭进肚子才行。

-*Dầu* sao *cũng* không thể kể hết được các loại chợ.

不管怎么样都难以数得完各种集市。

-*Dù* trời mưa to, chúng tôi *vẫn* làm tiếp. 尽管天下大雨，我们还是继续做。

+类似的还有 "bất cứ…cũng…" (不管/尽管……还……)，如：

-*Bất cứ* gặp khó khăn gì, chúng ta *cũng* không thể bỏ dở.

不管遇到什么困难，我们都不能半途而废。

-*Bất cứ* khó khăn đến đâu, chúng ta *cũng* phải kiên trì.

不管有多难，我们都要坚持。

(2) "nếu ...thì..." 相当于汉语的"如果……就……"，但要注意，thì必须放在前后两个分句之间，而不像汉语一样放在后面分句的主谓语之间，如：

-*Nếu* trời mưa to quá, *thì* kế hoạch phải thay đổi.

如果雨太大，计划就得改变。

-*Nếu* không có tao *thì* mày làm sao có được như hôm nay.

要是没有我，你哪里会有今天？

(3) "vì...nên /cho nên..." 相当于汉语的"因为……所以……"，如：

-*Vì* trời mưa liên tiếp và đường ngập quá, *cho nên* trường chúng tôi tạm nghỉ học mấy hôm.

由于连续下雨，道路被淹很严重，所以我们学校暂停上课几天。

-*Vì* trời mưa to *nên* kế hoạch thay đổi. 由于天降大雨，所以计划改变了。

+类似的还有tại sao（为什么），vì/tại vì/bởi vì（因为），"sở dĩ ...là vì/là nhờ..."（之所以……是因为/是依靠……），用法与汉语基本一致。如：

-*Sở dĩ* em không đi học *là vì* em bị ốm nặng.

之所以我没去上学是因为我得了重病。

-Chúng em có được như hôm nay, phần lớn *là nhờ* sự tận tâm dạy dỗ của các thầy các cô.

我们之所以能够有今天，很大程度上是依靠各位老师的悉心教导。

5. 从某地进/出口某种商品到某国的几种表达法。

(1) 表示进口用"nhập từ ...về/sang"，表示"从……进口回来/过来"，如：

-Đây là kiểu mới, tháng này mới *nhập* từ Hàn Quốc *về*, cho nên bán đắt một chút.

这是新款，这个月才从韩国进口回来的，所以卖得稍微贵一些。

-Lô hàng này là *nhập* từ Trung Quốc *sang*. 这批货是从中国进口过来的。

(2) 表示出口用"xuất sang..."，"xuất khẩu ra/sang..."，表示"出口到/出……"，如：

-Những hàng này sẽ được *xuất sang* Việt Nam. 这些货将出口到越南。

-Việt Nam sản xuất nhiều gạo ngon, không những đáp ứng được nhu cầu trong nước, mà còn *xuất khẩu ra* nhiều nước khác.

越南盛产大量的香米，不仅满足国内的需求，还出口到其他许多国家。

IV. Kiến thức mở rộng 扩充知识

Từ ngữ bổ sung 补充词汇:

Về các loại hoa quả: 关于各种水果的词汇

cây ăn quả 果树	táo 苹果	táo tàu 枣子
mứt táo 蜜枣	bưởi 柚子	chanh 柠檬
chuối 香蕉	chuối tiêu 香蕉	chuối tây 芭蕉
lê 梨子	cam 橙子	quýt 橘子、柑橘
quất 小金橘、四季橘	dâu tây 草莓	dứa 菠萝
mận 李子	hạnh 杏	hạnh nhân 杏仁
vải 荔枝	nhãn 龙眼	đào 桃子
đào mật 水蜜桃	hạt đào 核桃	nho 葡萄
tì bà 枇杷	anh đào 樱桃	đào dẹt/ bàn đào 蟠桃
dưa lê 香瓜	dưa hồng 甜瓜	dưa hấu 西瓜
quả sung 无花果	mã thầy 马蹄	hạt dẻ 板栗
cau 槟榔	xoài 芒果	mơ/ mai 梅子
táo mèo 山楂	quả hồng 柿子	quả lựu 石榴
dương mai 杨梅	khế 杨桃	đu đủ 木瓜
mít 菠萝蜜	quả hải đường 海棠果	dưa vàng / dưa Tân Cương 哈密瓜
mứt 蜜饯	quả trám、quả ô liu 橄榄	hồng xiêm 人参果
măng cụt 山竹	quả chuôm chuôm 毛荔枝	quả dại 野果
hạt 核	vỏ 果皮	gọt vỏ 削皮

Các loại hoa 各种花:

hoa hồng 玫瑰花	hoa đào 桃花	hoa sen 荷花
hoa quế 桂花	hoa nhài 茉莉花	hoa mai 梅花
mai mùa đông 腊梅	mai nghênh xuân 报春花	hoa cúc 菊花
hoa lan 兰花	hoa hải đường 海棠花	hoa hòe 槐花
hoa hồi 茴香	hoa trà 山茶花	hoa hướng dương 向日葵
hoa kim ngân 金银花	hoa mẫu đơn 牡丹花	dạ lai hương 夜来香

hoa thược dược 芍药	hoa tường vi 蔷薇	石榴花 hoa thạch lựu
tử đinh hương 紫丁香	hoa đỗ quyên 杜鹃花	仙人掌 hoa xương rồng
hoa ngọc lan 玉兰花	hoa bạch lan 白兰花	金钱花 hoa đồng tiền
hoa thủy tiên 水仙花	hoa anh túc 虞美人	牵牛花、喇叭花 hoa khiên ngưu/
hoa sung 睡莲	hoa mào gà 鸡冠花	hoa loa kèn
hoa bồ công anh 蒲公英	hoa chuối 美人蕉	hoa bách hợp 百合花
hoa tulip 郁金香	hoa violet 紫罗兰	hoa sen tuyết 雪莲
hoa cẩm chướng 康乃馨	hoa lưu ly 勿忘我	cây trinh nữ/cây xấu hổ 含羞草
cây oải hương 薰衣草	野花 hoa dại	

Ăn mặc 穿着:

Mua đồ 买东西	mua sắm 购物	trả tiền 付钱
trả lại tiền 找钱、找零	nhãn hiệu 商标	mặc cả giá 讨价还价
giả giá, trả giá 给价、还价	giả bao nhiêu 给多少	hàng nhái 冒牌货
hàng rởm 劣质货	áo lót 内衣，内衫	khăn choàng 披肩
áo gió 风衣	Áo khoác, áo choàng 罩衫	quần dài 长裤
quần cộc/ quần đùi 短裤	quần lót 内裤	quần bò 牛仔裤
quần thun 弹力裤	váy liền áo 连衣裙	quần váy 裤裙
quần ống loe 喇叭裤	áo dài 越南国服	sườn xám, áo Thượng Hải 旗袍
áo cưới 婚礼服、婚纱	áo bó 紧身衣	áo bông 棉衣
áo gi-lê 马甲	áo jacket da 皮夹克	áo phao 羽绒服
áo phông T恤衫	áo sơ-mi 衬衫	quần áo thể thao 运动服
áo sơ-mi dài tay 长袖衬衫	áo sơ-mi cộc tay 短袖衬衫	lễ phục 礼服
áo đuôi nhạn 燕尾服	áo tây/ âu phục 西服	áo bơi 游泳衣
váy bầu 孕妇装	áo len 毛线衣	áo da 皮衣
áo dài tay 长袖衣	áo cộc tay 短袖衣	dây lưng/ thắt lưng 皮带
cà vạt 领带	quần tất 裤袜	khăn quàng 围巾
tất 袜子	bít tất tay/găng tay 手套	áo ngủ/ quần áo ngủ 睡衣
cái khuy 纽扣	khóa kéo 拉链	váy ngủ 睡裙

Giầy dép 鞋类：

giầy 鞋	giầy da 皮鞋	xăng-đan 凉鞋
dép 拖鞋	dép tông 人字拖	dép lê 普通拖鞋
guốc 木屐	bốt 靴子	bốt da 皮靴
bốt ngắn cổ 短靴	bốt cao cổ 长统靴	giầy thể thao 运动鞋
giầy cao gót 高跟鞋	giầy đế bằng 平底鞋	giầy đế thấp 低跟鞋
giầy đế mềm 软底鞋	miếng lót giầy 鞋垫	

Các động từ biểu thị ăn mặc 表示穿戴的各种动词：

thắt 扎、系：	thắt cà vạt 系领带	thắt dây lưng 系腰带、扎皮带
mặc 穿：	mặc quần áo 穿衣服	mặc quần 穿裤子
	mặc váy 穿裙子	
đi 穿：	đi giầy 穿鞋	đi dép 穿拖鞋
	đi tất 穿袜子	
đeo 戴：	đeo bít tất tay 戴手套	đeo đồng hồ 戴手表
	đeo nhẫn 戴戒指	đeo hoa tai 戴耳环
	đeo kính 戴眼镜	đeo vòng cổ 戴项链
cởi 脱：	cởi áo ra 脱衣服	cởi quần 脱裤子
cởi/tháo/bỏ 脱：	cởi/tháo/bỏ giầy ra 脱鞋	bỏ dép ra 脱下拖鞋
	bỏ mũ xuống 摘下帽子	bỏ kính ra 摘下眼镜
quàng 围：	quàng cái khăn quàng 围上围巾	

V. Bài tập 练习

1. 请参照本课内容，围绕"逛街、市场、购物、穿着爱好"等主题进行对话练习。
2. 假设有一个班的越南留学生刚来中国留学不久，想出去购物，但他们对本地的集市、商场情况还不太了解，请你给他们简单介绍一下：买什么东西应该在哪里买，怎么去，价格如何，等等。
3. 请根据实际情况回答以下问题，同时进行口头对话练习。

   (1) Bình thường em thích ăn những trái cây gì?

(2) Bình thường em hay mua quần áo ở đâu? Có thể mặc cả không?
_____

(3) Bình thường em mặc quần áo cỡ gì đấy?
_____

(4) Em thích mặc quần áo màu gì đấy? Em thích nhất là màu gì và ghét(讨厌) nhất là màu gì?
_____
_____

(5) Bình thường em có thích mặc quần bò không?
_____

(6) Mùa hè em hay mặc những quần áo gì? Còn mùa đông thì sao?
_____
_____

(7) Bình thường em hay đi đâu mua đồ?
_____
_____

(8) Bình thường em có thích đi chợ không? Ở chợ thường có bán những gì?
_____
_____

4. 请参照语法注释部分，将下列句子翻译成越南语，注意画线部分的越语表达法。
(1) 你可以<u>试穿</u>一下这件衣服看合身不。
_____

(2) 我们班<u>于</u>昨天下午组织了班会。
_____

(3) 这个培训班只是<u>在</u>晚上<u>或</u>周末开班。
_____

(4) 这道菜你<u>放太多</u>盐了，太咸了，简直（hầu như）没法吃！
_____

(5) 我<u>刚</u>走进教室铃声<u>就</u>响了。
_____

(6) <u>没有</u>老师的尽心教导，我们<u>就没有</u>今天的成就！
_____
_____

第十二课　买卖

(7) 结果一出来，有人笑，有人哭，还有的人完全麻木（tê）了。
_____
_____

(8) 这套裙子漂亮是漂亮，但就是太宽了，我穿不合适！
_____
_____

(9) 老师是什么时候都不会同意这个方案的。
_____

(10) 按照他的意见的话就全完了。
_____

(11) 我想把越南的各种土特产品进口到中国来卖，你觉得可以吗？
_____
_____

(12) 中国常向越南出口汽车、家用电器、机械设备、电子产品、服装、鞋子等产品，而从越南进口的商品主要包括：原油（dầu thô）、煤炭(than)、水产品、农产品、咖啡、腰果等。
_____
_____
_____

5. 将学生分成两组，就课文内容进行问答练习。
6. 请根据实际情况，以"Chợ ở ..."为题，写一篇短文，向大家介绍在某地、某市的集市概况或某个集市情况。

131

BÀI 13   HỎI ĐƯỜNG
第十三课   问路

I. Hội thoại   会话

Tình huống 1   Chúng tôi muốn đi chợ Bến Thành
情景1   我们想去滨城市场

A: Xin lỗi chị, chị có biết chợ Bến Thành ở đâu không ạ?
   劳驾，请问你知道滨城市场在哪里吗？

B: Xin lỗi, mình không phải là người TP. HCM. Bạn hỏi người khác nhé.
   对不起，我不是胡志明市人。你问其他人吧。

A: Chú ơi, chú cho cháu hỏi chợ Bến Thành đi như thế nào ạ?
   叔叔，请问到滨城市场的路怎么走啊？

C: Ừ, chợ Bến Thành à? Các cháu đi thẳng đường này khoảng 200 mét nữa sẽ thấy một cái ngã ba rất lớn. Các cháu rẽ phải đi thẳng qua hai ngã tư nữa là thấy rồi. Nhưng mà vẫn còn xa. Các cháu đi bộ phải mất hơn nửa tiếng đấy. Hay là hai cháu đi xe ôm cho nhanh?
   哦，滨城市场呀，你们再直走这条路大约200米就会看见一个很大的丁字路口。你们往右拐再走过两个十字路口就看见了。但还很远，你们走路要花半个小时以上呢。要不你们坐我摩的去快一些？

A: Vâng. Nếu đi xe của chú thì bao nhiêu tiền ạ?   嗯，如果坐你的车要多少钱呢？

C: 60 nghìn đồng là được rồi.   6万越盾就可以了。

A: 60 nghìn à? Đắt thế? 40 nghìn được không ạ?
   6万越盾啊？这么贵！4万越盾可以吗？

C: Bây giờ xăng lên giá rồi. Riêng tiền xăng là phải hết 20 nghìn rồi.
   现在油又涨价了。光油钱就要花2万越盾了。

A: Nhưng vẫn còn đắt quá. 50 nghìn nhé?   但还是太贵了。5万越盾吧？

C: Các cháu có hai người cơ mà. Chú có lấy đắt đâu? Nếu các cháu đi hai xe thì phải mất 80 nghìn cơ. Mà chú chỉ còn một cái mũ bảo hiểm thôi. Đèo hai cháu đi là mạo hiểm lắm đấy. Nếu bị công an bắt chú còn phải bị phạt 300 nghìn cơ.

第十三课　问路

你们有两个人呢。我哪里要贵了？如果你坐两部车的话还要8万越盾呢。而且我只有一个安全帽了，带你们两个去是在冒险了。如果被公安抓到我还要被罚30万越盾呢。

A: Thôi, bọn cháu đi bộ vậy.　算了，我们走路去好了。

C: Thôi được, 50 nghìn, đi. Khổ quá!　好了好了，行吧，5万越盾，走。真啰唆！

Tình huống 2　Tôi muốn đi nhà ga đón bạn
情景2　我想去火车站接朋友

A: Xin lỗi bạn, mình là người Việt Nam, mới sang đây du học. Mình muốn đến nhà ga đón một bạn, nhưng không biết đường đi. Bạn chỉ cho mình biết đường đi thế nào được không?

劳驾，我是越南人，刚来这里留学。我想去火车站接一个朋友，但我不认得路。你告诉我怎么去可以吗？

B: Ừ, được thôi. Nhưng mà Nam Ninh có hai nhà ga, bao gồm Nhà ga cũ ở ngay trung tâm thành phố và Nhà ga đông Nam Ninh ở phía đông thành phố Nam Ninh, bạn muốn đi nhà ga nào?

哦，可以啊。但是南宁有两个火车站，包括在市中心的老车站和在南宁市东面的南宁东站，你要去哪个火车站呢？

A: Vậy à? Bạn mình tối qua mới đi tàu liên tuyến Trung-Việt từ Hà Nội sang Nam Ninh, nên đến ga nào nhỉ?

这样啊。我朋友昨晚才从河内乘中越联运火车过来南宁，应该到哪个站呢？

B: Ồ, chuyến tàu này nên là đến nhà ga cũ ở ngay trung tâm thành phố thôi. Bạn đi tàu điện ngầm hoặc xe buýt đều có thể đến được.

噢，这趟车应该是到市中心的老站，你乘地铁或者公交车都可以到。

A: Vậy thì mình muốn đi bằng tàu điện ngầm cho nhanh.

那我乘地铁去快一些。

B: Ừ, đi bằng tàu điện ngầm sẽ nhanh hơn thật, khoảng mười mấy phút là đến rồi. Nhưng tiếc là ga tàu điện ngầm gần nhất cách đây vẫn hơi xa, đi bộ phải mất khoảng 10 phút đấy.

嗯，乘地铁去的确快一些，大概10多分钟就到了。但遗憾的是最近的地铁口离这里还有点远，走路还要花大概10分钟呢。

A: Thế à? Nếu đi bằng xe buýt thì sao?　这样啊。那如果乘公交车去就怎么样呢？

B: Nếu đi bằng xe buýt thì có bến xe ở ngay đây rồi. Bạn sang bên kia đường, rồi đi xe buýt số 804 hoặc tuyến buýt nhanh K1, đến trạm "Ga Nam Ninh" xuống xe là đến nơi.

133

如果乘公交车去的话，在这里就有车站了。你走到马路对面，然后乘804路车或者K1路快车，到"火车站"下车就到了。

A: Nhà ga cách đây bao xa và đi xe buýt đến đó phải mất bao lâu nhỉ?
火车站离这里多远？坐公车去要多久呢？

B: Nhà ga cách đây khoảng 10 cây số, đi bằng xe buýt phải mất khoảng nửa tiếng đấy.
火车站离这里大约10公里，乘公车去大约要花半个小时呢。

A: Ừ, cảm ơn bạn nhé! Mình đi bằng xe buýt vậy. 好的，谢谢你。

B: Nhưng bạn phải chú ý chuẩn bị tiền lẻ nhé, ở đây đi xe buýt phải tự bỏ tiền vào thùng đựng tiền. Trên xe không có người bán vé như ở Việt Nam đâu.
但你要注意准备好零钱哦，在这里乘公车要自己投币到投币箱里面。车上可不像越南一样有售票员的。

A: Thế à? Thế bao nhiêu tiền 1 lượt nhỉ? 这样啊。那多少钱一次呢？

B: Trước kia trên xe không có điều hòa là một đồng. Nhưng bây giờ lắp điều hòa rồi thì lên giá tới hai đồng rồi.
以前车上没有空调是1元钱。但现在安装空调了就涨价到2元了。

A: Ừ, cảm ơn bạn nhiều. 好的，非常感谢。

B: Không có gì. Chào bạn. 没什么。再见。

A: Chào bạn. Mong được gặp lại bạn. 再见。希望能够再见到你。

II. Bài học 课文

ĐƯỜNG ĐẾN HỒ TÂY

Có lẽ, trên thế giới, hiếm có những nước có một cái hồ cực rộng mà lại nằm ngay trong lòng thủ đô của mình như hồ Tây, Hà Nội.

Đứng trước hồ, nghe sóng vỗ và nhìn chân trời xa tít, bạn sẽ có cảm giác như đứng trước biển cả mênh mông. Hồ Tây, vì vậy được coi là "lá phổi" của thủ đô Hà Nội.

Hồ Tây ở gần quảng trường Ba Đình và được ngăn cách với hồ Trúc Bạch bởi đường Thanh Niên râm mát, hữu tình.

Chung quanh hồ là hàng loạt danh lam thắng cảnh nổi tiếng: đền Quán Thánh, chùa Trấn Quốc, phủ Tây Hồ, Làng Hoa Ngọc Hà…Ngoài ra, Công viên nước, khu nghỉ mát Quảng Bá, làng du lịch Nhật Bản và các nhà nổi trên mặt hồ với các quán cà-phê và quán ăn đặc sắc…cũng đều là những điểm dừng chân làm vừa lòng du khách.

第十三课 问路

Buổi tối, nếu có thời gian, xin mời quý khách đặt chân lên thuyền rồng để vừa xem ca nhạc vừa dạo mát quanh hồ.

Có nhiều con đường để du khách đến với hồ Tây. Nếu bạn là du khách quốc tế, từ sân bay quốc tế Nội Bài, đường cao tốc sẽ đưa quý khách đến thẳng "lá phổi vĩ đại" này của Hà Nội.

到西湖的路

或许,在世界上,很少有哪个国家像越南一样,有着一个很大的湖并且就位于自己的首都的中心,这就是河内的西湖。

站在湖边,听着波浪拍打的声音,遥望着遥远的天边,你会感觉到自己好像正站在辽阔的大海边。因此,西湖被视为"河内之肺"。西湖在巴亭广场的附近,与竹帛湖之间隔着阴凉的、富有情趣的青年路。

在西湖的周围有许多名胜古迹,如:观圣祠、镇国寺、西湖府、玉和花园等。此外,水上公园、广霸避暑区、日本旅游村以及西湖边上的各咖啡馆、特色餐馆等,都是让游客流连忘返之地。

晚上,如果有时间,请您踏上龙船,您可以一边听音乐一边观赏西湖。

有多条路可以把您引领到西湖。如果你是外国游客,从内排国际机场,高速公路就可以把您直接带到这个河内的"肺"。

TỪ MỚI 生词

1	đi thẳng 直走	12	phạt 罚
2	ngã ba 丁字路口	13	khổ 苦,苦楚
3	ngã tư 十字路口	14	xe buýt 公共汽车
4	rẽ 拐,转	15	tắc xi 的士,出租车
5	xăng 汽油	16	tuyến buýt nhanh (指公交车中的)快车
6	lên giá 涨价	17	chuẩn bị 准备
7	mũ bảo hiểm 安全帽	18	tiền lẻ 零钱
8	đèo 载,捎带	19	thùng (指相对较大的)箱子或盒子
9	mạo hiểm 冒险	20	đựng 放置;装着
10	công an 公安	21	người bán vé 售票员
11	bắt 抓	22	lượt 次,人次

135

23	có lẽ 可能，或许	35	râm mát 阴凉
24	hiếm có 少有，稀少	36	hữu tình 富有情趣的
25	sóng 波浪	37	chung quanh 周围
26	vỗ 拍，击，拍打	38	nổi 突出
27	xa tít 遥远	39	quán 馆，店铺，小厮
28	biển cả 大海	40	dừng chân 留步，停留
29	mênh mông 茫茫，一望无际	41	vừa lòng 满意
30	phổi 肺	42	thuyền rồng 龙船
31	quảng trường Ba Đình 巴亭广场	43	ca nhạc 歌舞
32	ngăn cách 隔离，隔开	44	dạo mát 游玩，闲逛
33	bởi 因；由	45	đường cao tốc 高速路
34	chân trời 天涯，天边	46	vĩ đại 伟大

III. Ghi chú ngữ pháp   语法注释

1. vậy 和thôi的用法。

(1) 语气词thôi, vậy都有表示无可奈何的语气，二者常常还可以互相替换，如：

-Thôi, bọn cháu đi bộ *vậy*. 算了，我们走路去好了。

-Tôi đã cố gắng rồi, kết quả vẫn thế tôi cũng phải chịu *thôi*.

我已经努力了，结果还是这样，我也只好认了。

-Không ai giúp được mày đâu. Mày phải tự mình cố gắng *thôi*.

没人能帮你的。你只能自己努力了。

-Anh chờ mãi không thấy em đến nên anh đành phải đi một mình *vậy/thôi*.

我等你等了好久都不见你来，所以我只好一个人去了。

-Không có cách gì khác nữa, đành phải làm thế *vậy/thôi*.

没有什么办法了，只能这样做了。

(2) vậy 还可以表示"这样"、"这样的话"，如：

-Con không được làm như *vậy*. 你不能这样做。

-*Vậy* thì chúng ta không đi nữa. 这样的话咱们就不去了。

(3) thôi还有其他多种用法：

+thôi可以表示催促的语气，如：

-Ta đi *thôi*, các bạn ơi. 各位，咱们走吧。

-Đi ngủ *thôi*, muộn quá rồi. 去睡觉吧，太晚了。

+thôi表示"仅此而已"，可以和副词chỉ连用，如：

-Tớ chỉ còn 5 đồng *thôi*. 我只有5元钱了。

-Anh chờ em 5 phút nữa *thôi*. 你就再等我5分钟嘛。

+ thôi还可以与chẳng qua, chỉ连用成为关联结构"chẳng qua…thôi"、"chỉ…thôi"，表示"只是……而已"、"只不过……而已"，如：

-*Chẳng qua* nếu du khách có hộ chiếu rồi thì có thể rẻ một chút *thôi* ạ.
只不过是如果游客持有护照了的话就可以便宜一些了。

-*Chẳng qua* là anh muốn gặp em *thôi*. 只不过是我想见见你而已。

-Nó *chỉ* nói thế *thôi*, không tin được đâu. 他只是这么说说而已，信不得的。

+ thôi表示"算了"的意思，如：

-*Thôi*, được, 50 nghìn, đi, khổ quá! 好了，行吧，5万越盾，走，真啰唆！

-*Thôi*, chúng ta chia tay đi. 算了，咱们分手吧。

+实词thôi还可以表示"放弃、中断"的意思，如：

-Cuối cùng nó *thôi* rồi à? 他最终放弃了呀？

-Nó bị *thôi* việc (=nghỉ việc) rồi. 他被炒鱿鱼了。

-Nó *thôi* học rồi. 他辍学了。

2. Mất的多种用法。

(1) mất有"花费"的意思，表示花费时间、金钱、工夫等，如：

-Các cháu đi bộ phải *mất* hơn nửa tiếng đấy. 你们走路要花半个小时以上呢。

-Nếu các cháu đi hai xe phải *mất* 80 nghìn cơ.
如果你坐两部车的话还要8万越盾呢。

(2) mất有"丢失"的意思，如：

-Ví của tôi bị *mất* ở trên xe rồi. 我的钱包丢在车上了。

-Xe của tôi bị *mất* từ lâu rồi. 我的车早就丢了。

-Trong cuộc khủng hoảng kinh tế lần này, nhiều người bị *mất* việc.
许多人在这次经济危机中失业了。

(3) mất有"死"的意思，如：

-Bà ấy *mất* rồi à? *Mất* trẻ nhỉ? 她死了呀？年纪轻轻就去世了？

-Nó *mất* từ năm ngoái rồi. 他去年就去世了。

(4) mất还可以放在动词后作助动词，表示"过头了、消失了、不见了"等意思，如：

-À, xin lỗi, tớ ngủ *mất* rồi. 啊！对不起，我睡着了。

-2 triệu đồng có đáng gì đâu, bị tôi tiêu *mất* từ lâu rồi.

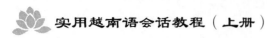

200万越盾算什么？早就被我花光了。

-Nó lại đi đâu *mất* rồi. 他又跑到哪儿去了？

3. 趋向动词 **lên, xuống, ra, vào** 的用法。

(1) 趋向动词 lên, xuống, ra, vào 放在动词后面，表示动作的趋向。lên 表示由下而上，由低而高；xuống 表示由上而下，由高而低；ra 表示由里往外，由合而开；vào 则表示由外往里，由开而合。如：

-Mời các em ngồi *xuống*. 请各位坐下。

-Trong giờ nghỉ giải lao, các bạn đều đi *ra* ngoài chơi.
休息时间，大家都到外面去玩。

-Thầy Minh đang bước *vào* lớp học. 明老师正走进教室。

-Chị Mai đứng *lên* trả lời thầy giáo. 阿梅站起来回答老师。

(2) 与 lên, xuống, ra, vào 连用的动词如果带有补语，表示动作支配的对象，则这个补语通常放在动词和趋向动词的中间，如：

-Ai đồng ý thì giơ tay *lên*. 谁同意就请举起手。

-Buổi tối, nếu có thời gian, xin mời quý khách đặt chân *lên* thuyền rồng để vừa xem ca nhạc vừa dạo mát quanh hồ.
晚上，如果有时间，请您踏上龙船，您可以一边听音乐一边观赏西湖。

-Em bỏ va li *xuống*, để anh xách cho. 你把行李箱放下，让我来提。

-Các bạn mở sách *ra*, giở trang 85. 大家把书本打开，翻到85页。

-Anh đóng cửa *vào/lại* hộ em. 你帮我把门关上。

IV. Kiến thức mở rộng　扩充知识

1. Danh sách các quận huyện trực thuộc Tp. HCM 胡志明市下辖的各郡县

Các quận　各郡区					
Quận 1	第1郡	Quận 2	第2郡	Quận 3	第3郡
Quận 4	第4郡	Quận 5	第5郡	Quận 6	第6郡
Quận 7	第7郡	Quận 8	第8郡	Quận 9	第9郡
Quận 10	第10郡	Quận 11	第11郡	Quận 12	第12郡
Thủ Đức	首德郡	Tân Phú	新富郡	Tân Bình	新平郡
Phú Nhuận	富润郡	Gò Vấp	旧邑郡（塸趿郡）		
Bình Thạnh	平盛郡	Bình Tân	平新郡		

Các huyện　各县			
Bình Chánh	平政县	Cần Giờ	芹椰县

| Củ Chi | 苏志县 | Hóc Môn | 福门县 |
| Nhà Bè | 芽郫县 | | |

2. 胡志明市各郡的一些重要街道名称

a. Quận 1　第1郡

Đường Đinh Tiên Hoàng	丁先皇路	Đường Nguyễn Bỉnh Khiêm	阮秉谦路
Đường Tôn Đức Thắng	孙得胜路	Đường Lý Tự Trọng	李自重路
Đường Nguyễn Trãi	阮廌路	Đường Lê Lợi	黎利路
Đường Nguyễn Công Trứ	阮公著路	Đường Hàm Nghi	咸宜路
Đường Trần Hưng Đạo	陈兴道路	Đường Nguyễn Huệ	阮惠路
Đường Phan Chu Trinh	潘周桢路	Đường Lê Lai	黎来路
Đường Nguyễn Thái Học	阮太学路	Đường Lê Thánh Tông	黎圣宗路

b. Quận 2　第2郡

Đại Lộ Đông Tây	东西大道	Đường Lương Định Của	梁定估路
Đường Nguyễn Duy Trinh	阮维征路	Đường Mai Chí Thọ	梅志寿路
Đường Nguyễn Thị Định	阮氏定路	Đường Võ Chí Công	武志公路
Đường Lê Hiến Mai	黎献梅路	Đường Lê Văn Thịnh	黎文盛路
Đường Nguyễn Văn Giáp	阮文甲路	Đường số 40	40号公路

c. Quận 3　第3郡

Đường Lê Quý Đôn	黎贵惇路	Đường Ngô Thời Nhiệm	吴时任路
Đường Trần Quốc Thảo	陈国草路	Đường Nam Kỳ Khởi Nghĩa	南圻起义路
Đường Võ Thị Sáu	武氏六路	Đường Cách Mạng Tháng Tám	八月革命路
Đường Điện Biên Phủ	奠边府路	Đường Nguyễn Đình Chiểu	阮挺炤路
Đường Trương Định	张定路	Đường Lê Văn Sỹ	黎文仕路

d. Quận 4　第4郡

Đường Hoàng Diệu	黄耀路	Đường Đoàn Văn Bơ	段文波路
Đường Đoàn Như Hài	段如孩路	Đường Tôn Thất Thuyết	尊室说路
Đường Nguyễn Tất Thành	阮必成路	Đường Ngô Văn Sở	吴文楚路

Đường Tôn Đản	宗诞路	Đường Bến Vân Đồn	云顿岸路
Đường Vĩnh Hội	永会路	Đường Tân Vĩnh	新永路

e. Quận 5   第5郡

Đường An Dương Vương	安阳王路	Đường Trần Bình Trọng	陈平仲路
Đường Bùi Hữu Nghĩa	裴有义路	Đường Trần Hưng Đạo	陈兴道路
Đường Huỳnh Mẫn Đạt	黄敏达路	Đường Vạn Kiếp	万劫路
Đường Phan Văn Trị	潘文治路	Đường Dương Tử Giang	杨子江路
Đường Tăng Bạt Hổ	曾拔虎路	Đường Vũ Chí Hiếu	武志孝路
Đường Tân Thành	新成路	Đường Ngô Gia Tự	吴家嗣路

f. Quận 6   第6郡

Đường Kinh Dương Vương	经阳王路	Đường Hậu Giang	后江路
Đường Tân Hòa Đông	新和东路	Đường Bình Tiên	平仙路
Đường Lý Chiêu Hoàng	李昭皇路	Phố Vũ Trọng Phụng	武重凤街
Đường Chợ Lớn	堤岸路	Đường Hồng Bàng	鸿庞路
Đường Gia Phú	家富路	Đường Hùng Vương	雄王路
Đường Phạm Văn Chí	范文志路	Đường Minh Phụng	明凤路

g. Quận 7   第7郡

Đường Nguyễn Thị Thập	阮氏十路	Đường Huỳnh Tấn Phát	黄晋发路
Đường Tân Phú	新富路路	Đường Nguyễn Văn Linh	阮文灵路
Đường Tân Hưng	新兴路	Đường Hoàng Văn Thái	黄文泰路
Đường Hà Huy Tập	何辉集路	Đường Tân Thuận	新顺路
Đường Nguyễn Lương Bằng	阮良鹏路	Đường Cầu Phú Mỹ	富美桥路

h. Quận 8   第8郡

Đường Lương Ngọc Quyến	梁玉娟路	Đường Tạ Quang Bửu	谢光堡路
Đường Võ Văn Kiệt	武文杰路	Đường Hưng Phú	兴富路
Đường Phạm Thế Hiển	范世显路	Đường Phạm Hùng	范雄路
Đường Âu Dương Lân	欧阳麟路	Đường Phú Định	富定路

第十三课　问路

| Đường Đông Hồ | 东湖路 | Đường Tùng Thiện Vương | 松善王路 |

i. Quận 9　第9郡

Đường Tam Đa	三多路	Đường Phước Long B	福龙 B 路
Đường Nguyễn Duy Trinh	阮维征路	Đường Tây Hòa	西和路
Đường Hoàng Hữu Nam	黄友南路	Đường Lê Văn Việt	黎文越路
Đường Liên Phường	联坊路	Đường Nguyễn Văn Tăng	阮文曾路
Đường Võ Chí Công	武志公路	Đường Nguyễn Văn Trị	阮文治路

j. Quận 10　第10郡

Đường Ngô Gia Tự	吴家自路	Đường Thành Thái	成泰路
Đường Ba Tháng Hai	二月三路	Đường Sư Vạn Hạnh	万幸师路
Đường Ngô Quyền	吴权路	Đường Nguyễn Tri Phương	阮知方路
Đường Tô Hiến Thành	苏宪成路	Đường Lý Thái Tổ	李太祖路
Đường Hồ Bá Kiện	胡伯健路	Đường Nguyễn Kim	阮金路
Đường Hòa Hưng	和兴路	Đường Lê Hồng Phong	黎洪峰路

k. Quận 11　第11郡

Đường Lãnh Binh Thăng	领兵升路	Đường Lê Đại Hành	黎大行路
Đường Lạc Long Quân	雒龙君路	Đường Hồng Bàng	鸿庞路
Đường Đội Cung	队弓路	Đường Hàn Hải Nguyên	韩海元路
Đường Lý Thường Kiệt	李常杰路	Đường Nguyễn Văn Phú	阮文富路
Đường Ông Ích Khiêm	翁益谦路	Đường Phú Thọ	福寿路

l. Quận 12　第12郡

Đường Nguyễn Văn Quá	阮文过路	Đường Trường Trinh	长征路
Đường Thạnh Lộc	盛禄路	Đường An Phú Đông	安富东路
Đường Hà Huy Giáp	何辉甲路	Đường Nguyễn Ảnh Thủ	阮影首路

m. Quận Thủ Đức　首德郡

| Quốc lộ 1A | 1A号国路 | Tỉnh lộ 43 | 43号省路 |
| Xa Lộ Hà Nội | 河内大道 | Đường Linh Đông | 灵东路 |

141

Quốc lộ 13	13号国路	Đường Ngô Chí Quốc	吴志国路
Quốc lộ 1K	1K号国路	Đường Lê Thị Hoa	黎氏花路
Đường Võ Văn Ngân	武文银路	Đường Phạm Văn Đồng	范文同路
Đường Kha Vạn Cân	柯万斤路	Đường Tô Ngọc Vân	苏玉云路

n. Quận Tân Phú　新富郡

Đường Nguyễn Sơn	阮山路	Đường Tân Thắng	新胜路
Đường Thạch Lam	石蓝路	Đường Lạc Long Quân	雒龙君路
Đường Tô Hiệu	苏效路	Đường Thoại Ngọc Hầu	瑞玉侯路
Đường Độc Lập	独立路	Đường 30/4	30/4 路

o. Quận Tân Bình　新平郡

Đường Phan Huy Ích	潘辉益路	Đường Cộng Hòa	共和路
Đường Hồng Hà	红河路	Đường Bắc Hải	北海路
Đường Thăng Long	昇龙路	Đường Phạm Văn Bạch	范文白路
Đường Hoàng Sa	黄沙路	Đường Hoàng Văn Thụ	黄文树路

p. Quận Phú Nhuận　富润郡

Đường Nguyễn Văn Trỗi	阮文追路	Đường Hoa Sữa	乳木花路
Đường Trương Quốc Dung	张国容路	Đường Nguyễn Thượng Hiền	阮尚贤路
Đường Phổ Quang	普光路	Đường Đào Duy Anh	陶维英路
Đường Quang Trung	光忠路	Đường Thống Nhất	统一路
Đường Lê Đức Thọ	黎德寿路	Đường Nguyễn Văn Lượng	阮文亮路
Đường Dương Quảng Hàm	杨广涵路	Đường Phan Văn Trị	潘文治路

q. Quận Bình Thạnh　平盛郡

Đường Hoàng Hoa Thám	黄花探路	Đường Nguyễn Hữu Cảnh	阮有景路
Đường Trần Bình Trọng	陈平仲路	Đường Nguyễn Văn Đậu	阮文豆路
Đường Lê Quang Định	黎光定路	Đường Bạch Đằng	白藤路
Đường Bình Lợi	平利路		

r. Quận Bình Tân　平新郡

Đường Nguyễn Thị Tú	阮氏秀路	Đường Hồ Học Lãm	胡学览路
Đường Tên Lửa	火箭路	Đường Đất Mới	新土路
Đường số 11B	11B号公路	Đường Tân Hòa Đông	新和东路
Đường Mã Lò	马炉路	Đường Chiến Lược	战略路
Đường Kinh Dương Vương	经阳王路	Đường Nguyễn Cửu Phú	阮九富路

3. 在胡志明市常用的部分出租车及其热线电话

Taxi Rạng Đông	08.35.111.111	Taxi VinaSun	08.38.27.27.27
Taxi Vina	08.38.111.111	Taxi Chợ Lớn	08.38.30.30.30
Taxi Mai Linh	08.38.38.38.38	Taxi Festival / F Taxi	08.38.45.45.45
Taxi Hồng Phúc	08.39.230.230	Taxi Đất thép	08.38.321.321
Saigon Air Taxi / Saigon Airport Taxi	08.38.118.118	Taxi Sài Gòn Hoàng Long / Taxi Hoàng Long	08.38.68.68.68
Taxi Gas Sài Gòn Petrolimex / P Taxi	08.35.12.12.12	Taxi Sài Gòn Tourist (Saigon Tourist Taxi)	08.38.46.46.46
Taxi Bến Thành	08.38.422.422　08.38.260.260	Taxi Gia Định (GiaDinh Taxi)	08.38.98.98.98

4. 胡志明市重要景点

(1) Bưu điện Sài Gòn 西贡邮局

　　西贡邮局亦称中央邮局，位于胡志明市第1郡。建于19世纪末的中央邮局充满古典气息，除了参观以外，人们还可以在这里寄出明信片。

(2) Nhà Thờ Đức Bà 圣母玛利亚天主教堂

　　圣母玛利亚天主教堂俗称"红教堂"，位于胡志明市第1郡，是胡志明市最著名的地标之一，建造教堂用的红砖全部从法国运来，至今丝毫没有褪色。

(3) Đường Phạm Ngũ Lão 范五老街

　　范五老街位于胡志明市第1郡，是适宜于休闲漫步的一条商业街道。在这里，人们可以品尝到当地众多特色美食，这里也是背包客的天堂。

(4) Dinh Thống Nhất 统一宫

　　统一宫位于胡志明市第1郡，前南越政权的总统府所在地，其设计和建筑采取左右对称的布局，互相呼应。

(5) Địa đạo Củ Chi 古芝地道

　　古芝地道是胡志明市西北方40公里的一个地道系统。此地道原为越南抵抗法国统治时，由当时农兵徒手挖了20多年的一个地下战道。到了1960年代越战时期转为实施抗美地道战的重要地下基地，由越南南方民族解放阵线（越共）建造，全长200公里，由无数条宽不到80厘米的地道分为三层结构交错而成。

(6) Chợ Bến Thành 滨城市场

　　滨城市场是越南胡志明市第1郡潘佩珠路的一个大型室内市场，位于胡志明市的市中心。滨城市场是西贡时期少数保留至今的建筑之一，也是胡志明市的一个地标性建筑。游客喜欢在此寻找当地的手工艺品，如纺织品、奥黛、纪念品以及当地的美食。滨城市场所在的位置也是胡志明市重要的公交车总站及交通枢纽。

(7) Chợ Lớn 堤岸, Phố Tàu Sài Gòn 华人街

　　堤岸位于第五郡，是胡志明市最大的华人聚居区，目前居住在堤岸的华人约有40余万，华人对越南的发展起到了至关重要的作用，其所在的堤岸区曾是胡志明市最繁华的区域。这里多为华人商铺，热闹非凡，因此俗称Phố Tàu Phố người Hoa（华人街）。在这里可以看到很多充满中国风情的建筑，虽然看上去有些陈旧，但是依然热闹如昔。堤岸有许多经营传统粤式小吃的店铺，各种食物的香气吸引着每一个来到堤岸的游客。

(8) Nhà hát TP. HCM 胡志明市歌剧院

　　胡志明市歌剧院，也称西贡剧院，坐落在胡志明市第1郡，是一座欧洲风格的哥特式建筑。这座剧院是胡志明市的历史文化遗产之一。无论是内部的浮雕装饰还是外部的形状，都是按照当时法国同类歌剧院建造而成，歌剧院外墙有各式各样的精美浮雕和花纹，正面巨型的拱门顶端是两位天使手扶圣琴的造型，而拱门下方的两个立柱则是两位女神托起大门的造型，让人感受到浓厚的欧洲风情。

(9) Chùa bà Thiên Hậu 天后庙

　　天后庙坐落在胡志明市第5郡，修建于19世纪中后期，是越南南方华侨华裔的精神寄托地之一，曾多次修整扩建，现在看到的样式是2006年修葺完成的。这座古老的建筑有着鲜明的岭南建筑风格，造型古朴典雅，殿堂装饰精美，因此入选为越南历史文化古迹。天后庙供奉的是海神妈祖娘娘，她慈眉善目，仪态端庄。经常有人来天后庙烧香拜佛，祈求神灵的保佑。天后庙的殿堂墙壁上还有精美的壁画和造型优美的浮雕。

(10) Bảo tàng lịch sử Việt Nam 越南历史博物馆

　　越南历史博物馆位于胡志明市第1郡，是法国人在1929年兴建的，陈列有越南3300年以来各时期文化演变过程的各种文物，展示品中有许多石器、古铜器、

第十三课　问路

石碑、铜鼓、占婆艺术、陶器和少数民族服饰等，都非常珍贵。而在博物馆后方三楼的图书馆里，还收藏法国殖民时期的书籍，研究资料相当丰富。在博物馆正对面的雄王殿（Đền Hùng），还祭祀着越南的开国君主雄王及其祖先。这里不定期有水上木偶表演，只要游客达到一定的人数，演员们就开始表演水上木偶戏。

V. Bài tập　练习

1. 熟读会话和课文内容，并根据会话和课文内容进行对话练习。
2. 请根据实际情况回答以下问题，同时进行口头对话练习。

(1) Cô muốn đi nhà ăn sinh viên, em chỉ cho cô biết đường đi thế nào nhé?

(2) Cô muốn đi nhà ga, theo em, cô nên đi như thế nào?

(3) Nhà ga cách đây bao xa? Nếu đi tắc xi đến đó mất khoảng bao lâu và mất khoảng bao nhiêu tiền?

(4) Ở thành phố em chủ yếu có những phương tiện giao thông công cộng gì?

(5) Bình thường em ra trung tâm thành phố, em thường đi bằng xe gì?

(6) Ở thành phố em, bình thường đi xe buýt phải mất bao nhiêu tiền một lượt?

(7) Ở thành phố em, trên xe buýt có người bán vé không? Hay là phải tự bỏ tiền?

(8) Bình thường em đi xe gì nhiều nhất? Phải trả tiền như thế nào?

3. 请参照语法注释部分，翻译以下句子，注意画线部分的越语表达法。

(1) 你<u>这样说</u>就太伤她的心了。

(2) 没有人帮忙，我<u>只能</u>自己做了。

(3) 大家还在聊什么呢？<u>赶紧干活啊</u>。

(4) <u>算了</u>，她已经知道自己的错了，你别再责怪她了。

(5) 他只是开玩笑<u>而已</u>，你别信他，信他就完蛋了。

(6) 噢，我差点（suýt）<u>忘记</u>今天下午有个会。你不提醒的话我就真的<u>忘记</u>了。

(7) 全完（hỏng bét）了，我现在什么都没有了，<u>只剩下你</u>了，求你别离开我！

(8) 他又在外面惹事(gây chuyện)打架了，已经<u>被学校开除</u>(bị nhà trường đuổi học / cho thôi học)了。

(9) 从咱们学校乘地铁去市中心要<u>花多长时间</u>和<u>花多少钱</u>？

(10) 要下大雨了，大家把窗户<u>关上</u>，以免雨水洒（bắn）进教室。

(11) 十年后，当他再次<u>踏上</u>祖国的土地，他内心无比激动。

(12) 站住，别动！举起手来，双手交叉(bắt chéo)放到头上！蹲下(ngồi xổm)！

(13) 大家走快一点啊，以免错过火车了。

4. 将学生分成两组，就课文内容用越南语进行相互提问和对答练习。

BÀI 14   RA NGOÀI – MUA ĐỒ
第十四课   出行-购物

I. Hội thoại   会话

Tình huống 1   Chúng em muốn đi mua đồ
情景1   我们想去购物

A: Cô ơi, bọn em mới sang Việt Nam, còn thiếu nhiều đồ dùng hàng ngày lắm. Ngày mai bọn em muốn đi mua đồ. Theo cô, bọn em nên đi đâu mua đồ ạ?
老师，我们刚来越南，还缺很多日用品。明天我们想去购物，据您看来，我们应该去哪里购物呢？

B: À, siêu thị lớn gần trường nhất là siêu thị METRO ở đường Phạm Văn Đồng, các em có thể đến đó mà mua.
哦，离学校最近的大超市是范文同路上的麦德龙超市，你们可以去那里购物。

A: Thế à? Thế siêu thị này cách trường mình bao xa? Bọn em nên đi thế nào ạ?
是吗？那这个超市离咱们学校有多远？我们应该怎么去呢？

B: Siêu thị METRO Thăng Long cách trường mình cũng không xa lắm, chỉ có khoảng 3 cây số thôi. Các em có thể đi xe buýt số 27 hoặc 35 đến trạm "METRO Thăng Long" xuống xe là thấy. Nhưng đi xe buýt ở Hà Nội thường đông người quá. Hơn nữa, siêu thị này lại không ở ngay bên đường, đi bộ từ đường Phạm Văn Đồng đến cổng siêu thị còn phải mất mấy phút. Theo cô, tốt nhất là các em đi bằng tắc-xi. Mấy người các em cùng thuê một chiếc tắc-xi, chỉ mất khoảng 30 nghìn đồng là tới rồi, vừa rẻ vừa tiện!
升龙麦德龙超市离咱们学校不太远，只有大概3公里。你们可以乘27或35路公交车到"升龙麦德龙"站下车就见到了。不过乘公交车的话常常十分拥挤。而且这个超市不在路边，从范文同路走到超市门口还需要几分钟。据我看来，你们最好是乘出租车去。你们几个人一起租一辆的士，只花大概3万越盾就到了，又便宜又方便！

A: Dạ, vâng ạ. Bọn em đi bằng tắc-xi vậy. Thế bọn em nên đi tắc-xi hãng nào rẻ hơn hả cô?

第十四课　出行-购物

哦，好的。我们乘出租车去好了。那我们应该乘哪个公司的出租车便宜一些呢？

B: Ừ, ở Hà Nội có nhiều hãng tắc-xi đều rẻ lắm, ví dụ như tắc-xi Thanh Nga, tắc-xi Moring, tắc-xi Vạn Xuân v.v…Nếu có 6, 7 người, các em còn có thể thuê tắc-xi bẩy chỗ đấy.

哦，河内许多公司的出租车都很便宜，比如青娥的士、清晨的士、万春的士等。如果有六七个人，你们还可以租7座的出租车呢！

A: Dạ, vâng ạ. Thế bọn em nên chờ tắc-xi ở cổng nào hay hơn ạ?

嗯，好的。那我们应该在哪一个大门等的士好一些呢？

B: À, không. Các em không cần chờ tắc-xi ở ngoài đường đâu. Các em gọi điện cho tổng đài công ty, bảo người ta các em đang ở đâu, cần tắc-xi như thế nào, thì người ta cho tắc-xi gần nhất đến đón. Khi về cũng thế, tắc-xi sẽ đưa các em về đến tận cửa nhà.

噢，不。你们不用在外面大路上等的士的。你们打电话到公司总台，告诉人家你们在哪里，需要什么样的的士，人家就会派最近的的士过来接。回来的时候也是这样，的士会送你们回到家门口的。

A: Thế à? Hay nhỉ? Ở Trung Quốc, bọn em thường phải chờ tắc-xi ở ngoài đường. Ở đây, nếu bọn em chờ xe ở ngoài đường thì không được à? Vẫy tay thì tắc-xi nó cũng không dừng lại sao?

是吗？太好了！在中国，我们常常得在路边等的士。在这里，如果我们在路边等车就不行吗？招手的话的士也不停下来吗？

B: Đúng vậy. Ở Hà Nội, chờ tắc-xi ở ngoài đường hơi khó đấy, nhiều khi người ta không dừng lại đâu, vì người ta có thể đang đi đón khách. Có khi gặp những tắc-xi đang đi trên đường mà không có nhiệm vụ đi đón khách thì người ta cũng dừng lại. Nhưng có khi lại gặp phải những xe dù, hoặc gặp những tài xế xấu bụng, biết mình là khách lạ từ nơi khác đến thì sẽ lái xe đi đường vòng đó. Cho nên, an toàn nhất là gọi tắc-xi qua điện thoại, đi tắc-xi như vậy sẽ có công ty giám sát, tài xế sẽ tính đồng hồ theo quy định, và chọn đường gần nhất, tiện nhất, để giữ uy tín cho công ty. Vì vậy, gọi tắc-xi qua điện thoại, đi tắc-xi do công ty điều hành cho, không những an toàn nhất, cũng tiện nhất và rẻ nhất.

是这样的。在河内，在路边等车的确比较难，很多时候司机不停的，因为人家可能正在去接人。偶尔碰上正在路上且没有接客任务的的士，人家也会停下来的。但有时候又会遇上一些黑车，或者遇到一些不怀好意的司机，知道我们是从外地来的生客就会故意绕弯路。所以，最安全的是通过电话约车，这样乘坐出租车将会有公司监督，司机会正规计费，并且选择最近的、最便利的路线，以保障公司的信誉。因此，通过电话约出租车，乘坐出租车公司派来的的士，不仅最安全，也是最便利和最便宜的。

A: Dạ, vâng ạ. Nhưng mà cô ơi, bọn em gọi điện xong có phải chờ lâu không tắc-xi mới đến? Và nếu tắc-xi không đến thì sao?

哦，好的。但是，老师，我们打完电话之后还要等很久吗？如果的士不来怎么办呢？

B: Ừ, thường gọi điện xong không lâu, tổng đài sẽ gọi lại và báo cho các em biết tin gọi tắc-xi, ví dụ tắc-xi đang đến, bảo các em phải chờ mấy phút, mấy phút sau ra đón xe v.v...Hoặc là xe đến rồi không thấy khách, người ta sẽ gọi lại bảo các em: xe đến rồi, phải ra đón xe ngay. Nhưng cũng có khi gặp phải những tình huống là công ty giờ này không có xe rỗi, người ta cũng gọi lại báo cho các em biết, và bảo các em gọi xe của công ty khác. Nói chung, công ty tắc-xi ở Hà Nội phục vụ khách nhiệt tình lắm, chu đáo lắm đấy!

哦，经常是打完电话不久公司就会给你们回电话告诉你们约车信息，比如告诉你们的士正在过来，让你们等几分钟，几分钟后要出来接车，等等。但有时候也会碰到公司此时没有空车的情况，人家也会回电告诉你们，让你们约其他公司的车。总的来说，河内的出租车公司服务顾客非常的热情和周到呢！

A: Dạ, vâng ạ. Hay quá. Thế cô có số điện thoại của mấy công ty nói trên không ạ? Cô cho chúng em mấy số điện thoại với?

嗯，是的，太好了。那老师有上面所说的这些公司的电话吗？老师给我们几个电话号码呗！

B: Có chứ, cô có lưu lại trong sổ điện thoại đây mà. Các em giữ lại cẩn thận nhé.

有啊，我有存在电话簿里的。你们保存好了。

A: Dạ, vâng ạ. Cảm ơn cô nhiều!　嗯，好的。多谢老师！

B: Ừ, không có gì.　没什么。

Tình huống 2　Gọi tắc-xi
情景2　预约出租车

A: (Gọi điện, bấm số 04.38 215 215)

(打电话，按号码04.38 215 215)

B: Allo, tắc-xi Thanh Nga xin nghe!　喂，你好！青娥的士，请讲！

A: Allo ạ. Chị ơi, xin cho hai chiếc xe đến cổng sau trường Đại học Ngoại ngữ Đại học Quốc Gia Hà Nội nhé.

您好！麻烦帮我约两辆的士到河内国家大学所属外语大学的后门。

第十四课 出行-购物

B: Có phải trường ở quận Cầu Giấy đó không? Hay là trường ở quận Thanh Xuân?
是纸桥郡的那个学校吗？还是青春郡的？

A: Xin lỗi chị nói chậm một tý được không? Em là lưu học sinh Trung Quốc mới sang Việt Nam du học, nghe không được rõ lắm ạ.
劳驾，您说慢一点可以吗？我是刚来越南留学的中国留学生，听不太清楚！

B: Ừ, chị bảo, có phải là trường Đại học Ngoại ngữ ở quận Cầu Giấy không? Vì ở quận Thanh Xuân cũng có một trường đại học ngoại ngữ đấy.
哦，我是说，是在纸桥郡的外语大学吗？因为在青春郡也有一个外语大学呢。

A: Dạ, vâng ạ, ở quận Cầu Giấy đấy ạ, cổng sau ở đường Trần Quốc Hoàn ạ.
哦，是的，在纸桥郡，在陈国桓路的后门。

B: OK. Bây giờ các em đã ở ngay cổng sau rồi, hay là vẫn ở ký túc?
Ok。你们现在已经在后门了，还是还在宿舍呢？

A: Dạ, bọn em vẫn ở ký túc, bây giờ bọn em ra ngay đây ạ.
哦，我们还在宿舍，我们现在马上出去。

B: À, không sao. Tắc xi có thể vào trường đó và đến tận cổng của ký túc cơ mà. Chị cho xe đến ngoài cổng ký túc của các em nhé?
噢，没关系的。的士是可以进那个学校去到宿舍大门外的。我让车到你们宿舍大门外接你们？

A: Dạ, vâng ạ. Hay quá!   嗯，那就太好了。

B: Các em có mấy người?   你们有几个人？

A: Dạ, bọn em có 9 người ạ. Một xe bốn người, một xe 5 người được không chị?
我们有9个人，一辆车坐4个人，一辆车坐5个人可以吗？

B: Dĩ nhiên được thôi. Nhưng mà nếu các em gọi một chiếc xe 7 chỗ thì rẻ hơn, cũng ngồi được 9 người đấy. Em có lấy xe 7 chỗ không?
当然可以！不过如果你们要7座的车就便宜一些，也可以坐9个人的。你要7座的车吗？

A: Ơ, bọn em 9 người, ngồi 7 chỗ, không sợ bị công an phạt à?
啊？我们9个人坐7座的车，不怕被交警罚吗？

B: Không sao đâu em ạ. Đợt này công an không kiểm tra đâu. Em cứ yên tâm, lưu học sinh thường gọi xe của công ty chị đấy, nếu bị bắt thì công ty chịu thôi.
没关系的，最近交警不检查的。你尽管放心，中国留学生常常约我们公司的车呢，如果被抓就由公司承担的。

A: Dạ, vâng ạ. Thế chị cho một chiếc tắc-xi 7 chỗ vậy.
哦，好的。那您给派一辆7座的车过来吧。

B: OK, thế nhé. Tý nữa chị gọi lại, em nhớ nhấc máy nhé.

OK，就这样。待会儿我回电话，你记得接电话哦。
…

A: (Nhấc máy điện thoại) Allo… （接电话）喂，你好！

B: Allo, em ơi, xe đến rồi, các em ra đón xe cho chị đi.
你好。车到了，你们出来接车吧！

A: OK, em thấy xe rồi. Cảm ơn chị nhé.　好的，我看见车了。谢谢你！

B: Rồi, cám ơn.　好的，谢谢！

II. Bài học　课文

MUA ĐỒ Ở HÀ NỘI

Hà Nội là trung tâm văn hóa, chính trị của cả nước Việt Nam. Hà Nội cũng là một trung tâm thương mại sầm uất. Ở Hà Nội bạn có thể tha hồ mua đồ.

Hà Nội có nhiều nơi mua bán rất thuận tiện: cửa hàng thực phẩm hoặc ở chợ. Thực phẩm và hoa quả ở Việt Nam rất phong phú. Bạn có thể mua: thịt gà, thịt lợn, thịt bò, tôm, cua, cá...ở chợ. Việt Nam là một nước nhiệt đới, một năm bốn mùa đều có những loại hoa quả khác nhau: mùa xuân có hồng xiêm, nho, táo...mùa hè có dưa hấu, dưa lê, đu đủ, vải, nhãn, chuối, xoài...mùa thu và mùa đông có cam, quýt, bưởi. Người ta có thể mua quần áo, giầy dép và các loại đặc sản ở các cửa hàng trên 36 phố cổ và mua các loại đồ ăn thức uống, đồ dùng hàng ngày, đồ điện ở các cửa hàng các siêu thị lớn nhỏ nằm rải rác khắp thành phố Hà Nội.

Ngoài ra, Hà Nội còn có nhiều cửa hàng lưu niệm dành cho khách nước ngoài hoặc Việt kiều về thăm quê hương. Trung tâm thương mại Tràng Tiền là một trong những cửa hàng lớn nhất ở Hà Nội. Cửa hàng này bán đủ thứ hàng hóa. Cửa hàng có nhiều gian: gian đồ điện, có bán điều hòa, tủ lạnh, máy giặt quần áo, ra-đi-ô, tivi...gian quần áo người lớn và trẻ con đủ các loại, các cỡ; gian giầy dép; gian mỹ phẩm; gian bán văn phòng phẩm như: giấy, bút, vở học sinh...Còn có cả một gian đồ chơi trẻ con. Ngoài Trung tâm thương mại Tràng Tiền ra, Hà Nội còn có những cửa hàng lớn, siêu thị lớn như trung tâm thương mại Parkson, siêu thị bigC, siêu thị Metro...

Ở Hà Nội, bạn có thể tha hồ lựa chọn những thứ hợp với sở thích của bạn. Hàng hóa tốt và rẻ hơn những nơi khác, những người bán hàng ở đây cũng rất niềm nở và giúp bạn chọn hàng. Chúc bạn vui vẻ mua đồ ở Hà Nội và mua được những mặt hàng đẹp, vừa ý.

第十四课　出行-购物

在河内购物

河内是越南全国的政治、文化中心，也是一个繁华的商业中心，在河内，你可以尽情地购物。

河内有很多方便采购食品的地方，比如食品商店或集市。越南的食品和蔬菜都很丰富，你可以买到鸡肉、猪肉、牛肉、虾、螃蟹、鱼等等。越南是一个热带国家，一年四季都有各种不同的水果，比如春天有人参果、葡萄、苹果等，夏天有西瓜、甜瓜、木瓜、荔枝、龙眼、香蕉、芒果等，秋天和冬天有橙子、橘子、柚子等。人们还可以在36古街的各商店买到衣服、鞋子和各种特产，在散布于河内大街小巷的各大小商店或超市，可以买到各种食品、饮料、日常用品、电器等。

另外，河内还有专门针对外国游客和归国越侨而开设的很多纪念品商店。长钱商贸中心是河内最大的商场之一，这里出售各类商品，品种齐全。商场里面有多个专柜，包括：电器专柜，专卖空调、冰箱、洗衣机、收音机、电视机等；衣服专柜有大人和小孩的衣服，齐全各种款式、各种型号都齐全；卖鞋专柜；化妆品专柜；办公用品专柜，有卖纸、笔、学生作业本等。此外，还有一整间的儿童玩具专柜。除了长钱商贸中心，河内还有一些大商场、大超市如百盛商场、bigC超市、麦德龙超市等。

在河内，你可以随意选择你喜欢的各种商品。这里的商品比别的地方更好更便宜，这里的售货员也会热情地帮助你挑选商品。祝你在河内购物愉快并且买到漂亮的、满意的商品。

TỪ MỚI 生词

1	mua đồ 购物	10	chỗ 处，地方；位置，座位
2	đồ dùng hàng ngày 日常用品	11	chờ 等，等待
3	siêu thị 超市	12	gọi điện 打电话
4	xe buýt 公共汽车，公交车	13	tổng đài 总台
5	đông người 人多，人挤人	14	bảo 告诉
6	hơn nữa 况且，而且	15	cho 派，委派
7	tắc-xi 的士，出租车	16	khách sạn 宾馆
8	tiện 方便，便利	17	đón 接（某人、某物）
9	hãng 公司	18	đưa 送

19	tận 尽	39	ký túc 宿舍（ký túc xá的简略说法）
20	vẫy tay 招手	40	tất nhiên 当然
21	dừng lại（汽车等）停下来	41	công an 公安，警察（在本课中指交警）
22	nhiệm vụ 任务	42	tý nữa 等一下，待会儿
23	xe dù 黑车，黑的	43	nhấc máy 接电话
24	khách lạ 陌生客人，生客	44	sầm uất 繁华，繁荣
25	tài xế（汽车）司机	45	tha hồ 任意，肆意，尽情
26	vòng vèo 弯曲的，曲折的	46	thuận tiện 方便，便利
27	giám sát 监督	47	đồ lưu niệm 纪念品
28	quy định 规定	48	đồ điện 电器
29	uy tín 威信，信誉	49	rải rác 分布，散布
30	điều hành 调遣，调度	50	gian（商场的）专柜；（展览馆的）展厅
31	tình huống 情形，情况	51	mỹ phẩm 化妆品
32	nói chung 总的来说，总之	52	văn phòng phẩm 文化用品，办公用品
33	chu đáo 周到，周全	53	đồ chơi trẻ con 儿童玩具
34	lưu lại 保留，保存下来	54	lựa chọn 选择
35	sổ điện thoại 电话本，电话簿	55	sở thích 爱好，喜好
36	cẩn thận 小心，谨慎	56	hàng hóa 商品，货物
37	bấm 按，摁，拨打（电话）	57	niềm nở 热情，友好
38	cổng sau 后门	58	vừa ý 满意

III. Ghi chú ngữ pháp 语法注释

1. Đâu的用法。

(1) Đâu作疑问词，表示"哪里"的意思，如：

-Các em bây giờ đang ở *đâu*? 你们现在在哪里？

-Ở *đâu* có bán loại hoa này? 在哪里卖这种花？

(2) Đâu作反问语气词，表示否定语气，如：

-*Đâu* có? 哪里！

-Chú có lấy đắt *đâu*? 我哪里要贵了？

-Mình có nói thế bao giờ *đâu*? 我什么时候这么说过？

-Anh ấy *đâu* phải là người Bắc Kinh? 他哪里是北京人？

(3) 用于一般否定句句末，表示加强否定语气，如：

-Trên xe không có người bán vé như ở Việt Nam *đâu*.

车上可不像越南一样有售票员的。

- Mấy người các em cùng thuê một chiếc tắc-xi cũng không đắt lắm *đâu*!

你们几个人租一辆出租车也不太贵的。

-Anh ấy không biết gì *đâu*! 他哪里明白！/ 他什么都不懂的。

2. lại的用法。

(1) lại作为动词是"来、过来"的意思，如：

-(Anh của Huy-gô gọi:) Huy-gô, *lại* đây mau, *lại* đây.

（雨果的哥哥叫道：）雨果，过来，快过来。

-Cháu ơi, *lại* đây, ông cho cháu mấy cái kẹo này. 孩子，过来，爷爷给你几颗糖。

(2) lại作为副词，放在动词或形容词前，表示以下几种意思：

+表示行为的重复，如：

-Thưa ông hổ, con đi rất sớm, nhưng giữa đường con *lại* gặp một ông hổ khác nữa.

尊敬的老虎先生，我来得很早，但在路上我又遇见了另外一只老虎呢。

-Hát xong một bài chưa đã, anh ta *lại* hát thêm một bài nữa.

唱完一首歌还不尽兴，他又加唱了一首。

+表示几个动作、状态或情况累积在一起，如：

-Còn chúng tôi, cả làng chỉ một cây súng, súng *lại* cũ.

而我们，全村只有一支枪，枪还很旧。

-Nó đã học dốt *lại* còn lười nữa. 他都学得很差，还很懒。

+表示与常理相反，如：

-Trong lớp, Lỗ Tấn là học sinh ít tuổi nhất, nhưng *lại* là học sinh học giỏi nhất.

在班上，鲁迅是年纪最小的，但却是学得最好的学生。

-Mỗi lần được thưởng huy hiệu bằng vàng, Huy-gô *lại* mang đi bán để lấy tiền mua sách. 每次得金奖章，雨果都拿去卖了换钱买书。

(3) lại还可以作趋向动词，放在动词或动补词组后，表示以下几种意思：

+表示动作的重复，如：

-Chỗ này chúng em còn chưa hiểu lắm, xin thầy giảng *lại* ạ.

这个地方我们还不太明白，请老师再讲一遍吧。

-Xây dựng *lại* quê nhà. 重建家园。

+表示动作的停止，如：

-Ở Hà Nội, chờ xe và vẫy tay ở ngoài đường nhiều khi tắc-xi cũng không dừng *lại* đâu. 在河内，在路边等车、招手，很多时候的士常常不停车。

-Đứng *lại*, mày đứng *lại*. 站住，你站住！

-Tại sao các cậu không biết giữ chị ấy *lại* nhỉ? 你们怎么不知道把她留下来呀？

+表示与说话人的方向或某个确定的方向移动，或者表示从某个地方回到原来的地方，如：

-Cháu bé đi *lại* phía bà mẹ. 小孩向母亲那边走去。

-Tôi sang phòng bên cạnh, một lúc sau quay *lại*.
我去隔壁房间一下，一会儿就回来。

-Thời gian trôi qua rồi thì không ai lấy *lại* được nữa.
时间流逝了就没有谁能够再找回来了。

+表示由松散状态变为紧缩状态，如：

-Anh ấy khẽ đóng cửa *lại*. 他轻轻地关上了门。

-Tòa nhà cao 500 tầng có thể nói là một thành phố đã được thu nhỏ *lại*.
500层的高层大厦可以说是一个缩小了的城市。

+表示向相反的方向行动，如：

-Tý nữa chị gọi *lại* cho em, em nhớ nhấc máy nhé.
待会儿我给你回电话，你记得接电话哦。

-Khi nào ông trả phòng thì mới trả tiền, và chúng tôi sẽ trả *lại* hộ chiếu cho ông.
什么时候您退房再付钱，我们将退还您的护照。

-Cái gì trái với quyền lợi của Tổ quốc, chúng ta cương quyết chống *lại*.
什么与祖国的利益相违背，我们就坚决反对。

-Địch tấn công, ta đập *lại*. 敌人进攻，我们又反击回去。

3. Cho的用法。

(1) cho作为动词有"给"的意思，如：

-*Cho* tôi một cốc nước. 给我一杯水。

+cho作为动词还有"派"的意思，如：

-Chị ơi, xin *cho* một chiếc xe đến số 324 đường Xuân Thủy nhé.
你好，请派辆的士到春水路324号。

-Anh mấy giờ đến cửa khẩu Hữu Nghị Quan? Tôi *cho* xe công ty đến đón anh.
你几点到友谊关口？我派公司的车去接你。

(2) cho 与名词或代词组成关联词结构，作状语，表示谓语涉及的对象，如：
- Hôm qua tôi *cho* anh ấy vay một số tiền. 昨天我借了一些钱给他。
- Quyển sách này rất cần *cho* chúng tôi. 这本书对于我们来说很必要。

(3) cho 还可以放在动词或动补词组后面，表示目的，如：
- Các bạn xếp lại đồ đạc *cho* gọn phòng. 大家把东西整理一下让房间整洁一些。
- Chúng ta ngồi cạnh cửa sổ *cho* mát. 咱们坐窗户边凉快些。
- Anh đi tắc-xi *cho* nhanh đi. 你打的去快一些吧。

IV. Kiến thức mở rộng   扩充知识

河内各郡及其一些重要街道名称。

a. Quận Hoàn Kiếm 还剑郡1郡

Đường Lê Duẩn	黎蕴路	Đường Phùng Hưng	冯兴路
Đường Trần Nhật Duật	陈日阅路	Đường Trần Quang Khải	陈光凯路
Phố Lý Thái Tổ	李太祖路	Phố Đinh Tiên Hoàng	丁先皇路
Phố Lý Thường Kiệt	李常杰路	Phố Lê Thánh Tông	黎圣宗路
Phố Trần Hưng Đạo	陈兴道路	Phố Hai Bà Trưng	二征夫人路

b. Quận Ba Đình 巴亭郡

Đường Hoàng Hoa Thám	黄花探路	Đường Bưởi	柚子路
Đường Hoàng Diệu	黄耀路	Đường Hùng Vương	雄王路
Đường Nguyễn Thái Học	阮太学路	Đường Kim Mã	金马路
Đường Giảng Võ	讲武路	Đường Láng Hạ	琅下路
Đường Liễu Giai	柳佳路	Đường Văn Cao	文高路
Đường Trần Phú	陈富路	Đường Yên Phụ	安府路
Đường Nguyễn Tri Phương	阮知方路		

c. Quận Tây Hồ 西湖郡

Đường Lạc Long Quân	貉龙君路	Đường Âu Cơ	瓯姬路
Đường Thanh Niên	青年路	Đường Nghi Tàm	疑潭路
Đường An Dương Vương	安阳王路	Đường Hồ Trúc Bạch	竹帛湖路

d. Quận Đống Đa 栋多郡

Đường Láng	琅路	Đường Trường Chinh	长征路
Đường Giải Phóng	解放路	Đường Nguyễn Trí Thanh	阮志青路
Đường Thái Hà	泰和路	Đường La Thành	螺城路
Đường Phạm Ngọc Thạch	范玉石路	Đường Tây Sơn	西山路
Đường Nguyễn Lương Bằng	阮梁鹏路	Đường Tôn Đức Thắng	孙德胜路
Đường Xã Đàn	社坛路	Phố Khâm Thiên	钦天路

e. Quận Hai Bà Trưng 二征夫人郡

Đường Trần Khánh Dư	陈庆馀路	Đường Nguyễn Khoái	阮蒯路
Đường Minh Khai	明开路	Đường Đại La	大罗路
Đường Đại Cồ Việt	大瞿越路	Trần Khát Chân	陈渴真路
Đường Bạch Mai	白梅路	Đường Kim Ngưu	金牛路
Đường Thanh Nhàn	清闲路	Đường Lạc Trung	落中路
Phố Nguyễn Du	阮攸路		

f. Quận Thanh Xuân 青春郡

Đường Lê Văn Lương	黎文良路	Khuất Duy Tiến	屈维进路
Phố Nguyễn Xiểm	阮险路	Đường Nguyễn Trãi	阮廌路
Phố Nguyễn Tuân	阮樽路	Phố Vũ Trọng Phụng	武仲纺路
Đường Hoàng Đạo Thúy	黄道翠路	Đường Hoàng Minh Giám	黄明鉴路

g. Quận Cầu Giấy 纸桥郡

Đường Trần Duy Hưng	陈维兴路	Đường Hoàng Quốc Việt	黄国越路
Đường Phạm Văn Đồng	范文同路	Đường Xuân Thủy	春水路
Đường Cầu Giấy	纸桥路	Đường Trần Thái Tông	陈太宗路
Đường Trần Quốc Hoàn	陈国桓路	Đường Nguyễn Phong Sắc	阮丰察路
Đường Nguyễn Văn Huyên	阮文宣路	Đường Khánh Toàn	庆全路

h. Quận Long Biên 龙边郡

Đường Nguyễn Văn Cừ	阮文渠路	Đường Ngô Gia Tự	吴家字路

第十四课　出行—购物

| Đường Xuân Quan | 春关路 | Phố Ngọc Lâm | 玉林街 |

i. Quận Hà Đông 河东郡

Đường Quang Trung	光中路	Đường Trần Phú	陈富路
Đường Phùng Hưng	冯兴路	Đường Vạn Phúc	万福路
Chu Văn An	朱文安路	Đường Nguyễn Văn Trỗi	阮文追路
Đường Nguyễn Khuyến	阮劝路	Đường Lê Hồng Phong	黎宏丰路

j. Quận Hoàng Mai 黄梅郡

Đường Giải Phóng	解放路	Đường Trương Định	张定路
Đường Pháp Vân	法云路	Đường Xuân Yên	春安路
Đường Kim Giang	金江路		

k. Quận Từ Liêm Bắc 北慈廉郡

Đường Phạm Văn Đồng	范文同路	Đường Đông Ngạc	洞鄂路
Đường Cổ Nhuế	古锐路	Đường Trần Cung	陈弓路
Đường Phú Diễn	富演路	Đường Cầu Diễn	演桥路
Đường Hồ Tùng Mậu	胡丛茂路		

l. Quận Từ Liêm Nam 南慈廉郡

Đường Lê Đức Thọ	黎德寿路	Đường Lê Quang Đạo	黎光道路
Đường Châu Văn Liêm	珠文廉路	Đại Lộ Thăng Long	升龙大道
Đường Ngọc Trục	玉镯路	Đường Mễ Trì	美治路
Đường Tố Hữu	素友路		

V. Bài tập　练习

1. 请参照本课内容，围绕"出行、逛街、购物"等主题进行对话练习。
2. 请对照河内地图，认识河内各郡的大概分布情况，认识河内一些著名的街道名称。

3. 请根据实际情况回答以下问题，同时进行口头对话练习。

(1) Em thường đi siêu thị nào mua đồ trong những ngày nghỉ? Em thường đi bằng phương tiện gì?

_____
_____

(2) Em có hay đi tắc-xi không? Em thấy đi tắc-xi ở thành phố em có tiện không? Có đắt không?

_____
_____
_____

(3) Bình thường em thích thuê tắc-xi của hãng nào? Tại sao?

_____
_____

(4) Bình thường em đi tắc-xi, phải chờ ở ngoài đường hay là có thể chờ ở nhà? Tại sao?

_____
_____

(5) Trường em có mấy cái cổng? Đó là những cổng gì đấy?

_____
_____

(6) Bình thường cuối tuần em thích đi dạo phố hoặc mua đồ ở đâu? Tại sao?

_____
_____
_____

(7) Bình thường ở thành phố em có nhiều du khách không? Họ thường mua đồ ở đâu? Tại sao?

_____
_____
_____
_____

(8) Nếu em dẫn một bạn Việt Nam đi dạo chơi, em sẽ dẫn bạn ấy đi đâu dạo chơi? Tại sao?

_____
_____
_____

第十四课　出行－购物

4. 请参照语法注释部分翻译以下句子，并在括号内说明画线的词属于哪一种用法。

(1) Cô có bán đắt đâu? Tiền nào của ấy mà. (　　　　)

(2) Ngày mai anh định đi đâu chơi? (　　　　)

(3) Đã suốt một ngày rồi, nó không nói gì đâu. (　　　　)

(4) Tôi có quen anh đâu? Kéo tôi làm gì thế? (　　　　)

(5) Nó đâu phải là người mà tôi muốn tìm! (　　　　)

(6) Hôm nay trời rét lại còn mưa, đi làm sao được? (　　　　)

(7) Chú ơi, chú dừng lại xe ở đây nhé, cháu xuống xe đây. (　　　　)

(8) Ôi, trời mưa to gió lớn, các bạn đóng cửa sổ lại, nhanh lên. (　　　　)

(9) Đây là tờ 100 đồng, ông phải trả lại tôi 90 đồng. (　　　　)

(10) Hai nhà nước cố gắng xây dựng lại quan hệ hữu nghị. (　　　　)

(11) Nó đi chơi suốt ngày, nhưng cứ đến kỳ thi nó lại cứ thi giỏi. (　　　　)

(12) Nó đã béo lại cứ ăn rất nhiều. (　　　　)

(13) Ông đến cổng trường chưa? Tôi cho một đứa học sinh ra đón ông nhé. (　　　　)

(14) Chúng ta ngồi bàn trong góc này cho ấm. (　　　　)

(15) Tuần trước khi tớ sinh nhật, mẹ tớ mua cho tớ một cái váy thật đẹp. (　　　　)

(16) Xin cho tôi suy nghĩ hai ba ngày nhé. (　　　　)

5. 请根据实际情况，以"Mua đồ ở ...、Dạo chơi ở ..."为题，写一篇短文，向大家介绍你在某地、某市购物或游玩的情况。

BÀI 15   THỜI TIẾT – THIÊN TAI
第十五课   气候-天灾

I. Hội thoại   会话

Tình huống 1   Thời tiết quê bạn thế nào?
情景1   你家乡的天气怎么样?

A: Chào bạn. Bạn là người ở đâu?   你好！你是哪里人啊?

B: Mình là người Trung Quốc, đến từ thành phố Nam Ninh Quảng Tây.
   我是中国人，来自广西南宁市。

A: Thời tiết Nam Ninh thế nào?   南宁的天气怎么样?

B: Thời tiết Nam Ninh cũng hơi giống ở đây thôi, tại vì gần Hà Nội mà. Nhưng mà mình thấy mùa đông ở Nam Ninh lạnh hơn ở đây, còn mùa hè ở đây lại nóng hơn Nam Ninh.
   南宁的天气很像这里的天气，因为离河内不远嘛。不过我觉得南宁的冬天比这里冷，而这里的夏天却比南宁热。

A: Thế à? Thế ở Nam Ninh nhiệt độ cao nhất và thấp nhất là bao nhiêu?
   是吗？那在南宁最高和最低温度是多少?

B: Mùa hè ở Nam Ninh nhiệt độ cao nhất khoảng 38℃, còn mùa đông nhiệt độ thấp nhất có thể xuống đến khoảng 3℃.
   南宁的夏天最高温度大约38度，冬天最低温度大约3度。

A: Thế ư? Mùa đông ở đây lạnh nhất chỉ khoảng 10℃ thôi, và thời gian lạnh cũng rất ngắn.
   是吗？这里的冬天最冷只是大概10度，而且冷的时间也很短。

B: Ồ, thế à? Thảo nào những lưu học sinh Trung Quốc ở đây đều hỏi: Sao mãi chưa đến mùa đông nhỉ? Bao giờ mới đến mùa đông nhỉ?
   哦，是吗？难怪每个在这里的中国留学生都问：怎么还没到冬天呢？什么时候才到冬天呢？

A: Ừ, mùa đông ở đây phần lớn đều có nắng ấm. Người ta bảo là muốn cảm nhận mùa đông ở đây thì phải đi xe máy ra ngoài đường vào buổi tối.

第十五课　气候-天灾

　　是的，这里的冬天大部分时间都还有温暖的阳光。人们都说想要感觉这里的冬天就在晚上坐摩托车去外面。

B: Ừ, đúng nhỉ. Thảo nào tối qua mình đi xe ôm từ Hồ Hoàn Kiếm về thấy gió rét lắm!
　　嗯，对哦。怪不得昨晚我坐摩的从还剑湖回来觉得好冷呢。

A: Nói chung Hà Nội là nơi tốt cho nghỉ đông đấy. Mỗi năm cứ đến thời gian này thì có nhiều người phương Tây sang đây du lịch và nghỉ đông luôn.
　　总的来说，河内是一个避寒的好地方呢。每年这个时候就有很多西方人来这里旅游，顺便避寒。

B: Thế à? Thế chắc Sài Gòn càng nhiều người nước ngoài nghỉ đông ở đấy nhỉ? Vì ở đấy hầu như không có mùa đông mà.
　　这样啊？那大概西贡会有更多外国人在那里避寒，对吗？因为那里几乎没有冬天嘛。

A: Đúng vậy. Bây giờ ở Sài Gòn vẫn còn nóng lắm, khoảng 22-25℃, người ta vẫn đi dép và mặc áo cộc tay đấy.
　　对啊！现在西贡还很热呢，大约22-25度，人们都还穿拖鞋、穿短袖衣呢。

Tình huống 2　Ngày mai thời tiết thế nào?
情景2　明天天气怎么样？

A: Cậu có biết ngày mai thời tiết thế nào không?　你知道明天天气怎么样吗？

B: Đài báo luồng không khí lạnh từ bắc xuống nam, ngày mai trời bắt đầu trở lạnh, mưa nhỏ, nhiệt độ 8-12℃.
　　天气预报说，冷空气南下，明天天开始转冷，有小雨，温度8-12度。

A: Thảo nào bây giờ mình đã bắt đầu thấy lạnh rồi.　难怪现在我就开始觉得冷了。

B: Thế mà gọi là lạnh à? Ở quê mình Bắc Kinh, nhiệt độ 0℃ là chuyện bình thường, còn mưa tuyết và đóng băng nữa cơ.
　　这样就说冷了呀？在我的家乡北京，零度算是平常事了，还下雪和结冰呢。

A: Thế à? Chắc mình ở đấy thì khó mà chịu nổi.
　　是吗？大概我在那里的话就受不了了。

B: Thực ra miền bắc mùa đông trong nhà đều có lò sưởi, nhiệt độ trung bình là 15℃. Khi ra ngoài mới thấy lạnh thôi.
　　其实北方冬天屋里都有取暖设备，平均温度是15摄氏度。外出的时候才觉得冷。

A: Thế ra ngoài đều phải mặc áo bông nhỉ?　那外出的话都要穿棉衣哦？

B: Đó là điều tất nhiên rồi. Mỗi người ở đấy đều phải có áo bông hoặc áo phao đấy.
　　那是当然的了。那里的每个人都要有棉衣或羽绒服的。

A: Thế những mùa khác thì sao? 那其他季节怎么样？

B: Mùa xuân ở đấy cũng hơi lạnh, mùa hè thì nóng lắm, nhiệt độ cao nhất có thể lên tới 40°C. Mùa thu dễ chịu nhất, bầu trời trong xanh, khí trời khô ráo, không nóng cũng không lạnh, cho nên mình thích mùa thu nhất.
在那里的春天也挺冷的，夏天就很热，最高温度可以达到40摄氏度。秋天就舒服了，天空蔚蓝，天气干爽，不热也不冷，所以我最喜欢秋天了。

A: Ừ, tớ cũng vậy. 嗯，我也是。

II. Bài học 课文

THIÊN TAI TRÊN THẾ GIỚI

Từ xa xưa, con người và thiên nhiên đã gắn bó mật thiết với nhau. Thiên nhiên nuôi dưỡng, che chở con người. Và con người cũng góp phần không nhỏ trong việc làm đẹp thêm bộ mặt của thiên nhiên. Thiên nhiên và con người đã thực sự trở thành đôi bạn tri kỷ.

Song, bên cạnh những gì thiên nhiên đã ưu đãi, ban ơn cho con người, hằng năm nó cũng mang đến cho nhân loại không ít những tai họa, thậm chí rất thảm khốc. Những trận mưa lớn kéo dài nhiều ngày, gây ra lụt lội, đã làm cho hàng nghìn ngôi nhà bị nước cuốn trôi, hàng trăm người bị chết. Rồi những ngày nắng dai dẳng, nạn hạn hán hoành hành đã làm cho không chỉ cây cối mà cả con người cũng lâm vào tình trạng thiếu nước. Ở nhiều nơi như Philípin, Trung Quốc, Việt Nam, Nhật Bản… những trận bão lớn liên tiếp tràn về hàng năm phá hoại mùa màng cây cối, tàn phá nhà cửa, ruộng vườn và cướp đi sinh mạng của không ít người dân địa phương. Cùng với bão lụt, nạn động đất thường xảy ra ở một vài nơi trên thế giới cũng mang đến cho con người những bi kịch đáng sợ. Chỉ trong vài phút, hàng nghìn ngôi nhà, hàng trăm cầu cống…có thể bị sập đổ. Và cùng với sự đổ vỡ đó là cái chết của biết bao người vô tội.

Vẫn chưa hết. Cách đây vài năm, khán giả truyền hình trên thế giới còn được chứng kiến cảnh hàng chục nghìn người phải rời bỏ quê hương mình vì sự "thức dậy" của một ngọn núi lửa đã "yên giấc" sau hàng trăm năm.

世界上的天灾

很久以前，人类与大自然就已经紧密相连了。大自然养育、庇护人类，而人类也为把大自然装扮得更加美丽作出了不小的贡献。大自然与人类已经真正成了一对知己朋友。

然而，在大自然优待和施恩于人类的同时，它每年也给人类带来了不少的灾难，有的甚至还很残酷。连续多天的大雨造成洪灾，导致成千上万的房屋被冲毁，成百上千人死亡。连续的干旱造成旱灾横行，使得不少的树木甚至人类也陷入缺水的困境。在许多国家如菲律宾、中国、越南、日本等，每年风暴连续来袭，破坏了树木庄稼，摧毁了房屋、田园，甚至还夺去不少当地人的生命。此外，世界上一些地方还常常发生地震，也给人类带来了可怕的悲剧。仅仅几分钟，可以摧毁成千上万的房屋、桥梁。在建筑物被毁的同时是许许多多无辜生命的死亡。

这还不算，几年前，世界上的众多观众还亲眼目睹了千千万万的人不得不离开自己的家乡，就因为"沉睡"了几百年的一座火山"苏醒"了。

TỪ MỚI 生词

1	thời tiết 天气	18	dép 拖鞋
2	thiên tai 天灾	19	áo cộc tay 短袖衣
3	lạnh 冷	20	đài 台，电台
4	nóng 热	21	dự báo 预报
5	mùa đông 冬天	22	luồng không khí lạnh 冷气团
6	nghỉ đông 寒假	23	chuyện 事情，故事
7	mùa hè 夏季，夏天	24	mưa tuyết 下雪
8	nhiệt độ 温度	25	đóng băng 冰冻，结冰
9	thấp 低，矮	26	chịu...nổi 承受得起
10	mãi 好久	27	thực ra 其实，实际上
11	phần lớn 大部分	28	lò sưởi 取暖炉
12	nắng ấm 温热	29	trung bình 平均
13	cảm nhận 感觉，感受	30	áo bông 棉衣
14	xe ôm 摩的	31	áo phao 羽绒服；救生衣
15	rét 寒，寒冷	32	tất nhiên 当然
16	nói chung 总的来说	33	khí trời 天气，空气
17	hầu như 几乎	34	khô ráo 干燥

35	kéo dài 延长，拉长	61	liên tiếp 连续，接连
36	gắn bó 紧密联系	62	tràn 漫，涨起
37	mật thiết 密切	63	phá hoại 破坏
38	nuôi dưỡng 养育	64	mùa màng 庄家
39	che chở (=chở che) 保护，庇护	65	tàn phá 摧毁
40	góp phần 为……做贡献	66	nhà cửa 房屋
41	bộ mặt 面貌	67	ruộng vườn 田野，田园
42	thực sự 确实，的确	68	cướp 抢夺；抢劫
43	trở lạnh 转冷	69	sinh mạng 生命
44	tri kỷ 知己	70	địa phương 地方，当地
45	bên cạnh 旁边；在……的同时	71	bão lụt 洪涝灾害
46	ưu đãi 优待	72	động đất 地震
47	ban ơn 恩惠	73	bi kịch 悲剧
48	tai họa 灾祸	74	đáng sợ 可怕的
49	thảm khốc 残酷，惨烈	75	cầu cống 桥梁
50	trận 阵（单位词）	76	sập đổ 倒塌
51	gây 造成，导致	77	đổ vỡ 崩塌
52	lụt lội 洪水	78	vô tội 无罪，无辜的
53	cuốn trôi 冲走，卷走	79	khán giả 观众
54	dai dẳng 漫长的	80	truyền hình 电视
55	hạn hán 干旱	81	chứng kiến 亲眼目睹，见证
56	hoành hành 横行，肆虐	82	rời bỏ 抛弃，离开
57	cây cối 树木	83	thức dậy 苏醒
58	lâm vào 陷入	84	núi lửa 火山
59	thiếu nước 缺水	85	yên giấc 沉睡
60	bão 风暴，海啸		

III. Ghi chú ngữ pháp   语法注释

1. Giống, hình như, hầu như, hầu hết, như, bằng, ví dụ như等词的区别用法。

(1) Giống 有"像"的意思，可以指某事物、某现象的相似，也可以指人长得相像，如：

-Thời tiết Nam Ninh cũng hơi *giống* ở đây thôi, tại vì gần Hà Nội mà.
南宁的天气也挺像这里的天气，因为离河内不远嘛。

-Cháu bé này rất *giống* với bố nó. 这个小孩长得很像他爸爸。

-Hai anh em hơi *giống* nhau, hình như anh em sinh đôi hay sao ấy.
两兄弟长得很像，就像是孪生兄弟一样。

(2) hình như 有"好像"的意思，表示语气上不够肯定，有时后面可以搭配 thì phải 使用，如：

-Trời *hình như* sắp mưa rồi đấy. 天好像要下雨了呢。

-Hình như tôi đã gặp nó ở đâu *thì phải*. 我好像在哪里见过他一样。

(3) hầu như 是"几乎"的意思，而 hầu hết 是"几乎所有"的意思，hầu hết 后面还常常与 tất cả 连用，表示几乎包括所有的，如：

-Ở Sài Gòn *hầu như* không có mùa đông. 在西贡几乎没有冬天。

-Nghe tin đó, chị ấy *hầu như* không chịu được nữa.
听到那个消息，她几乎承受不了了。

-Ở *hầu hết* tất cả các vùng miền Trung, miền Nam, nhiệt độ trung bình hàng năm đều trên 20°C. 越南中部南部几乎所有各地区年平均温度都在20摄氏度以上。

-Ở Trung Quốc, *hầu hết tất cả* các vùng núi vùng xa đều đã lắp đặt cáp truyền hình rồi. 在中国，几乎所有的偏远山区都安装了有线电视。

(4) như 和 bằng 一样，有"像……一样"的意思，如：

-Cũng như người miền Nam Trung Quốc, bữa chính của người Việt Nam lấy cơm làm món chính. 也像中国南方人一样，越南人的正餐是以米饭为主的。

-Con được bằng như một nửa cậu Hùng thì bố mừng rồi.
你能够像小雄的一半，爸爸就高兴了。

+此外，như 和 ví dụ như、chẳng hạn như 都可以表示列举"如……""比如说……"，如：

-Tôi rất thích ăn các món mặn của Trung Quốc *như* vịt quay, thịt bò kho, cá kho v.v.
我很喜欢中国的荤菜，如烤鸭、红烧牛肉、红烧鱼等。

-Hà Nội có nhiều điểm du lịch vui chơi, *ví dụ như / chẳng hạn như* Quảng trường Ba Đình, Văn miếu, Hồ Tây, Hồ Hoàn Kiếm, Phố cổ Hà Nội v.v.

河内有很多好玩的旅游景点，比如说巴亭广场、文庙、西湖、还剑湖、河内古街等。

2. **luôn, luôn thể, nhân tiện, nhân thể, nhân dịp**等表示"顺便"、"趁机"的词的区别用法。

(1) luôn放在谓语动词或动补后，有"顺便"的意思，如：

-Mỗi năm cứ đến thời gian này thì có nhiều người phương Tây sang đây du lịch và nghỉ đông *luôn*.

每年这个时候都有很多西方人来这里旅游，顺便避寒。

-Lát nữa cậu đi thư viện, cậu mang quyển sách này đi trả *luôn* cho tớ nhé.

待会儿你去图书馆，你顺便帮我把这本书拿去还了吧。

(2) luôn thể用法与luôn一样，但除了放在谓语动词或动补后，它还可以放在后面分句的谓语动词之前。如：

-Cậu chiều mai đến nhé, *luôn thể* ăn cơm ở nhà tớ.

你明天下午来吧，顺便在我家吃饭。

-Em ngày mai lên trường đi, để làm cả hai việc *luôn thể*.

你明天来学校吧，顺便把两件事情一起办了。

+luôn和luôn luôn 还有表示"经常、常常"的意思，不同的是luôn放在谓语动词或动补后，而luôn luôn放在谓语动词之前。如：

-Buổi tối tôi *luôn luôn* đi lớp học ôn bài.=Buổi tối tôi thường đi lớp học ôn bài luôn.

晚上我常常去教室复习功课。

-Về sau cậu cứ đến nhà tớ chơi *luôn* nhé. 以后你就常常来我家玩吧。

+此外，luôn还可以表示"立即、马上"的意思，如：

-Anh đến *luôn* bây giờ nhé, em chờ anh ở đây.

你现在马上过来吧，我在这里等你。

-Nếu em không tin thì bây giờ cứ gọi điện hỏi *luôn*.

不信的话你可以马上打电话去问一下。

(3) nhân tiện与nhân thể一样，都是指借某方便机会顺便做某事，常常指个人的较灵活的机会，如：

-*Nhân tiện* đi công tác, tôi cũng đi chơi một chuyến Hàng Châu rồi.

借出差之机，我顺便去杭州玩了一趟。

-Cậu đi phố, *nhân thể* mua hộ tớ một cuốn "Từ điển Hán–Việt" nhé.

你上街，顺便帮我买一本《汉越词典》吧。

第十五课　气候-天灾

(4) nhân dịp 指"借/趁……之机",如:

-Ngày Lao động Quốc tế, nhân dân Việt Nam được nghỉ 2 ngày: Ngày 30 tháng 4 (*nhân dịp* giải phóng miền Nam) và ngày mùng 1 tháng 5.

国际劳动节,越南人民可以休息两天:4月30日(借南部解放日之机)和5月1日。

-*Nhân dịp* Tết Nguyên đán, mọi người đi thăm họ hàng bạn bè và chúc tết nhau.

借春节之机,每个人都去探访亲戚朋友并互相拜年。

3. chịu 的多种用法。

(1) chịu 有"承受"的意思,指"受得了"用"chịu nổi, chịu được","受不了"用"không chịu nổi, không chịu được",如:

-Chắc mình ở đấy thì *khó mà chịu nổi / không chịu nổi*.

大概我在那里的话就受不了了。

-Ở đây điều kiện vất vả quá, em có *chịu* được không?

在这里条件太艰苦了,你受得了吗?

(2) chịu 可以表示"服、服气"的意思,如:

-Chúng nó mỗi người một lí, không ai *chịu* ai.

他们每个人一个道理,谁都不服谁。

-Thế nào? *Chịu* thua chưa? 怎么样?服输没有?

(3) chịu 可以表示"肯、接受"的意思,如:

-Tiền lương thấp thế này, nó không *chịu* đâu.

工资这么低,他不肯的。

-Với điều kiện thế này thì công ty chúng tôi không *chịu* được.

这样的条件,我们公司是没办法接受的。

(4) chịu 还可以表示"无可奈何,没办法了"的意思,如:

-Dưới tình hình như vậy, các ông vẫn nói thế thì chúng tôi *chịu*.

在这种情况下你们还是这么说我们也没办法了。

-Nói mãi nó không nghe tôi cũng *chịu*. 说了好久他都不听我也没办法了。

-Anh mà nói thế thì tôi *chịu*.

你要这么说,我也服了(我也没有什么好说的了)。

IV. Kiến thức mở rộng 扩充知识

1. Dự báo thời tiết của cả nước Việt Nam 越南全国的天气预报

Thời tiết phía đông Bắc Bộ 北部东面的天气：

Nhiều mây, không mưa, sáng sớm có sương mù và sương mù nhẹ rải rác, trưa chiều giảm mây trời nắng. Gió nhẹ.

多云，无雨，早晨有霜雾但雾薄，分散；中午雾散，天晴。轻微风。

Nhiệt độ cao nhất từ 23 - 26 độ, nhiệt độ thấp nhất từ 14-17 độ, vùng núi có nơi 9-11 độ.

最高温度23至26度，最低温度14-17度，山区有的地方9-11度。

Thời tiết các tỉnh từ Thanh Hóa đến Huế 从清化到顺化各省的天气：

Nhiều mây, không mưa, sáng sớm có sương mù và sương mù nhẹ rải rác, trưa chiều giảm mây trời nắng. Gió nhẹ. 多云，无雨，早晨有霜雾但雾薄，分散，中午雾散，天晴。轻微风。

Nhiệt độ cao nhất từ 24-27 độ, nhiệt độ thấp nhất từ 16-19 độ

最高温度24至27度，最低温度16-19度。

Thời tiết các tỉnh Nam Bộ 南部各省的天气：

Mây thay đổi, ngày nắng, đêm không mưa. Gió đông bắc cấp 2-3.

多云，炎热，夜间无雨。东北风2-3级。

Nhiệt độ cao nhất từ 29-32 độ, nhiệt độ thấp nhất từ 21-24 độ.

最高温度29-32度，最低温度21-24度。

2. Cảnh báo bão số 1 ngày 5-5-2009: Cường độ rất mạnh và hướng đi bất thường

2009年5月5日"1号"风暴警报：强度猛烈而且走向异常

　　Theo Trung tâm Dự báo khí tượng thủy văn trung ương Việt Nam, lúc 21h30 ngày 5-5, vị trí tâm bão số 1 ở vào khoảng 12,7độ vĩ bắc, 111,8 độ kinh đông, cách bờ biển các tỉnh Phú Yên – Khánh Hòa khoảng 270km về phía đông. Sức gió mạnh nhất vùng gần tâm bão mạnh cấp 10, cấp 11 (89-117km/giờ), giật cấp 12, cấp 13 và còn tiếp tục mạnh thêm. Dự báo trong 24 giờ tới, bão số 1 di chuyển theo hướng bắc, sau đó là giữa bắc đông bắc và đông bắc, mỗi giờ đi được khoảng 10km và ảnh hưởng trực tiếp đến vùng biển các tỉnh từ Quảng Ngãi đến Khánh Hòa. Đồng thời công điện khẩn: thông báo cho các chủ tàu thuyền không đi vào khu vực nguy hiểm.

　　据越南中央水文气象预报中心预报，5月5日21时，"1号"热带风暴位于约北纬12.7度、东经111.8度的位置，距富安——庆和各省东海岸线约270公里。该风暴最强风力达10-11级（时速89-117公里），闪电12-13级且会继续增强。预计在未来24小时内，"1号"风暴团将向北移动，然后向东北偏北和东北之间移动，每小时风速达10公里并且将直接影响到广义到庆和各省海岸线。特此发布紧急电告：船只不要进入危险海域。

3. Từ ngữ bổ sung 补充词汇：

nắng 晴，晴天，出太阳	râm 阴	mát 凉快
mưa 雨	mưa rào 阵雨	mưa phùn 毛毛细雨
mưa bóng mây 太阳雨，过云雨	mưa tuyết 下雪	mưa đá 下冰雹
tạnh 雨停，天晴	tạnh mưa 雨停	đóng băng 冰冻，结冰
nóng 热	nóng nực 炎热，炽热	oi bức 闷热
khô ráo 干燥	hanh 干燥	ẩm ướt 潮湿
sương mù 霜雾	gió lạnh 冷空气，寒潮	gió bắc 北风，东北风
gió nồm 南风	gió mùa 季风	gió bão 台风
sấm nổ 雷，打雷	chớp, tia chớp 闪电	chớp giật 闪电（动）
sét 雷击	sét đánh 雷击（动）	giông bão 风暴，暴风雨

V. Bài tập 练习

1. 请根据实际情况，围绕"今天、明天天气怎么样？最近天气怎么样？越南的、中国的天气怎样？"等话题，进行练习对话。

2. 请根据实际情况回答以下问题，同时进行口头对话练习。

    (1) Quê em ở đâu đấy? Thời tiết quê em thế nào?

    _____

    (2) Ở quê em, mùa hè nhiệt độ cao nhất là bao nhiêu? Mùa đông nhiệt độ thấp nhất là bao nhiêu?

    _____
    _____

    (3) Em đang học ở thành phố nào? Em thấy thời tiết ở đây thế nào?

    _____

    (4) Em có thích thời tiết của thành phố em không? Tại sao?

    _____

(5) Em thấy hôm nay thời tiết thế nào?
_____

(6) Em có biết ngày mai thời tiết thế nào không?
_____

(7) Em thích nhất mùa nào? Tại sao?
_____
_____

(8) Em đã từng nhìn thấy cảnh tuyết lần nào chưa? Em có thích cảnh tuyết không? Tại sao?
_____
_____

3. 请参照语法注释部分，将下列句子翻译成越南语，注意画线部分的越语表达法。
(1) 也像中国人一样，越南人也是用筷子（đũa）吃饭。
_____
_____

(2) 这两个汉字好相像哦，外国人很容易混淆（lẫn lộn）。
_____
_____

(3) 我好像在哪里听过这个新闻。
_____

(4) 在我们学校，几乎所有的教室都安装（lắp）了空调。
_____

(5) 待会儿你去见老师，顺便问一下老师今晚他能否来参加咱们的联欢晚会。
_____
_____

(6) 咱们现在就马上动手做吧。
_____

(7) 借回家乡办事之机，我顺便拐（ghé）进学校探望了老师一趟。
_____

(8) 明天你开车去吧，顺便把我们两个也捎上。
_____
_____

(9) 胡志明市这么热，我觉得我<u>几乎</u>受不了了。

(10) 在会议上，他们各抒己见，谁也<u>不服</u>谁。

(11) 这份工作这么辛苦，<u>没人愿意干的</u>，除非工资翻倍。

(12) 你说得这么无理，我也<u>无话可说</u>了。

4. 请同学们就课文内容进行相互提问和对答练习。
5. 请根据实际情况，以"Thời tiết ở ..."为题写一篇短文，向大家介绍中国的、你家乡的或某城市的天气情况。

BÀI 16　GIỚI THIỆU ĐẤT NƯỚC
第十六课　介绍祖国

I. Hội thoại　会话

Hội thoại tình huống　Chuyện trò với bạn Việt Nam
情景对话　与越南朋友聊天

A: Chào bạn. Bạn là người nước nào?　你好。你是哪国人呢?

B: Mình là người Trung Quốc.　我是中国人。

A: Bạn sang đây học tiếng Việt được bao lâu rồi?　你来这边学习越南语多久了?

B: Mình sang đây mới được hai tháng thôi.　我才来两个月而已。

A: Thế à? Sao bạn nói tiếng Việt sõi thế nhỉ? Giống hệt người Việt Nam rồi.
　是吗? 那你说越语怎么这么流利呀? 完全像越南人了。

B: Đâu có? Bạn quá khen rồi. Mình còn có nhiều thứ không biết. Sau này còn phải nhờ bạn giúp đỡ nhiều mới được.
　哪里? 你过奖了。我还有许多方面都不懂呢。以后还得请你多多帮助才是。

A: Ừ, bạn gặp khó khăn gì thì cứ nói, mình sẽ sẵn lòng giúp đỡ. Quê bạn ở thành phố nào, tỉnh nào vậy?
　嗯, 你有什么困难就尽管说, 我随时乐意帮助。你的家乡在哪个省哪个城市呢?

B: Quê mình ở thành phố Thiệu Hưng tỉnh Chiết Giang Trung Quốc.
　我的家乡在中国的浙江省绍兴市。

A: Tỉnh Chiết Giang à? Tỉnh Chiết Giang ở đâu nhỉ?　浙江省呀? 浙江省在哪儿呢?

B: Tỉnh Chiết Giang ở miền Đông Nam Trung Quốc, và thành phố Thiệu Hưng chính là quê hương của nhà văn lớn Lỗ Tấn đấy.
　浙江省在中国的东南部, 绍兴市正是大文学家鲁迅的家乡呢。

A: À, mình hiểu rồi. Vì Trung Quốc rộng quá, cho nên cũng khó mà nhớ được hết nhiều thành phố như thế.
　哦, 那我明白了。因为中国太大了, 所以也难以记得这么多的城市。

B: Ừ, đúng vậy. Trung Quốc vốn đã là một trong những nước lớn nhất trên thế giới.

第十六课　介绍祖国

Diện tích cả nước là 9 triệu 600 nghìn km2, có 4 thành phố trực thuộc Trung ương là Bắc Kinh, Thiên Tân, Thượng Hải và Trùng Khánh; có 23 tỉnh, 5 khu tự trị và 2 đặc khu hành chính là Hồng Kông và Ma Cao. Mỗi tỉnh lại có nhiều thành phố nổi tiếng. Cho nên ngay cả mình cũng không nhớ hết được đâu.

嗯，对啊。中国本来就是世界上最大的国家之一。全国陆地面积是960万平方公里，有4个中央直辖市：北京、天津、上海和重庆；有23个省、5个自治区和2个特别行政区：香港和澳门。每个省又有多个有名的城市，所以就连我都没办法全记得。

A: Thế Trung Quốc có bao nhiêu dân tộc nhỉ?　那中国有多少个民族呢？

B: Trung Quốc có 56 dân tộc, trong đó dân số đông nhất là dân tộc Hán, chiếm khoảng 92% tổng dân số cả nước. Còn lại những dân tộc thiểu số chỉ chiếm không đến 10%. Trung Quốc có hai con sông lớn là sông Trường Giang và sông Hoàng Hà. Còn Việt Nam thì sao hả cậu?

中国有56个民族，其中人口最多的是汉族，约占全国人口的92%。而剩下的少数民族只占不到10%。中国有两条大河是长江和黄河。那越南怎么样呢？

A: Việt Nam tuy nhỏ, nhưng cũng có nhiều điểm rất giống với Trung Quốc đấy. Việt Nam chia thành 3 miền lớn là miền Bắc, miền Trung và miền Nam. Việt Nam có 5 thành phố trực thuộc Trung ương là Hà Nội, Hải Phòng, Đà Nẵng, thành phố Hồ Chí Minh và Cần Thơ. Việt Nam có 54 dân tộc. Dân tộc Kinh (cũng gọi là dân tộc Việt) đông dân nhất, chiếm hơn 80% dân số cả nước Việt Nam. Việt Nam cũng có hai con sông lớn là sông Hồng và sông Mêkông, sông Mêkông còn gọi là sông Cửu Long. Hai con sông này đã bồi đắp nên hai đồng bằng lớn màu mỡ là đồng bằng sông Hồng và đồng bằng sông Cửu Long. Hằng năm hai đồng bằng này sản xuất nhiều thứ gạo ngon với số lượng lớn, không những đáp ứng nhu cầu của nhân dân trong nước mà còn xuất khẩu ra nước ngoài nữa.

越南虽小，但与中国也有很多相似之处呢。越南分成为北部、中部和南部3大部分。越南有5个直辖市：河内、海防、岘港、胡志明市和芹苴。越南有54个民族。京族（也叫越族）人口最多，占了全国人口的80%以上。越南也有两条大河：红河和湄公河。湄公河也叫九龙江。这两条河冲积成了两个肥沃的大平原为红河平原和九龙江平原。每年，这两大平原生产了大量的优质大米，不仅满足了国内人民的需求，还出口到国外。

II. Bài học   课文

(1) VIỆT NAM – VÀI NÉT KHÁI QUÁT

Việt Nam! Hai tiếng vang lên biết bao khích lệ và tự hào. Đó là một miền đất được thiên nhiên ưu đãi nhưng cũng nhiều thiên tai khắc nghiệt. Đó là một dân tộc đã chịu nhiều đau thương nhưng cũng chiến đấu kiên cường để giành quyền được sống trong độc lập, tự do và hạnh phúc.

1. Về thời tiết và khí hậu. Là một đất nước nằm trong vùng nhiệt đới, phía Bắc Việt Nam có bốn mùa rõ rệt: mùa xuân với mưa phùn, ẩm ướt, cây cối tốt tươi. Mùa hè khí hậu nóng bức, lắm mưa nhiều bão. Mùa thu thường được coi là mùa đẹp nhất trong năm, khí hậu ôn hòa, trời trong xanh, gió nhẹ. Mùa đông thường có gió đông-bắc nên trời lạnh, rét. Còn miền Nam thì chỉ có hai mùa: mùa mưa và mùa khô.

2. Về tài nguyên. Việt Nam có bờ biển dài 3260 km. Dọc bờ biển từ Trà Cổ tới Hà Tiên có nhiều cảnh quan thiên nhiên đẹp tuyệt vời: Vịnh Hạ Long, bãi biển Nha Trang, Vũng Tàu…vừa là những danh thắng vừa là nơi nghỉ mát nổi tiếng.

Biển có nhiều hải sản quý như tôm, cá, cua…Biển còn cung cấp nhiều khoáng sản như dầu khí, mỏ quặng…Đồng thời, biển Việt Nam nằm ở vị trí giao thông thuận lợi, có đường biển nối liền châu Á, châu Âu…

Rừng núi Việt Nam chiếm 2/3 lãnh thổ. Núi chạy từ Bắc xuống Nam Trung bộ với bao nhiêu hang động đẹp như Hương Tích, Phong Nha…Rừng còn cho nhiều lâm sản quý giá như các loại gỗ, các loại thú và nhiều sản vật khác.

3. Về dân tộc và ngôn ngữ. Trên đất nước Việt Nam hiện có 54 dân tộc, đa số là người Việt (còn gọi là dân tộc Kinh). Dân số cả nước hơn 80 triệu người. Tiếng Việt có 3 phương ngôn lớn: tiếng miền Bắc, tiếng miền Trung và tiếng miền Nam. Tuy phát âm có khác nhau, một số từ ở các phương ngôn có khác nhau nhưng không gây cản trở trong giao tiếp. Người miền Bắc nói, người miền Trung và miền Nam vẫn hiểu được và ngược lại.

4. Về tổ chức hành chính. Đơn vị hành chính của Việt Nam là nhà nước, trong nhà nước có các tỉnh và thành phố trực thuộc, dưới tỉnh và thành phố trực thuộc là huyện (ở nông thôn) và quận (ở thành phố), dưới huyện, quận là xã và phường là đơn vị hành chính cơ sở. Các thành phố trực thuộc là Hà Nội, Hải Phòng, Đà Nẵng, thành phố Hồ Chí Minh và Cần thơ. Hà Nội là thủ đô của Việt Nam.

第十六课　介绍祖国

（1）越南的概况

越南！多么让人激动和自豪的两个字！这是一个得到大自然厚爱但也有很多严酷天灾的国度。这是一个承受了许多悲痛但仍坚强战斗以争取独立、自由、幸福生活的民族。

1. 天气和气候方面。作为一个位于热带地区的国家，越南的北部有明显的四季：细雨连绵、气候湿润、树木苍翠的春季；炎热、多雨、多风暴的夏季；秋季被认为是一年中最美的季节，气候温和，天空晴朗，微风拂面；冬季常常刮东北风，所以天气寒冷。而南部就只有两个季节：雨季和旱季。

2. 资源方面。越南有着长达3260公里的海岸线。沿着海岸线，从北部的茶古到南部的河仙，沿岸有许多绝美的天然景观，如：下龙湾、芽庄海滩、头顿海滩等，这些地方既是旅游胜地，又是著名的避暑之地。

海洋有着许多珍贵的海产，如虾、鱼、蟹等。海洋还提供了许多海底矿产，如天然气、矿藏等。同时，越南的海洋位于交通便利的重要位置，因此越南有着通往欧洲、亚洲等地的海路。

越南的山林占越南领土的三分之二。山脉连绵从北延续至中南部，其中有许多美丽的山洞，如香迹洞、风雅洞等。森林还出产了许多珍贵的林产品，如各种木材、各种珍禽野兽和许多其他产品。

3. 民族和语言方面。现在越南有54个民族，大多数是越族（也叫京族）。全国人口有八千多万。全国通用语是越南语。越语有三大方言：北部方言、中部方言和南部方言。虽然各方言的发音有差别，部分词语有差别，但并没有给日常交际造成障碍。北部人说话，中部和南部人仍然可以听懂；反过来也一样。

4. 关于行政组织。越南的行政单位最高是国家，国家下有直辖市和各省，直辖市和省下是郡（在城市）和县（在农村的），郡、县下是最基本的行政单位坊和乡。直辖市包括河内、海防、岘港、胡志明市和芹苴。河内是越南的首都。

（2）CON RỒNG CHÁU TIÊN

Ngày xưa ở đất Lạc Việt, bây giờ là Bắc bộ nước ta, có một vị thần tên là Lạc Long Quân. Thân mình rồng, thường ở dưới nước, thỉnh thoảng lên sống ở trên cạn. Thần rất khỏe và có nhiều phép lạ. Thần giúp dân diệt trừ những loài yêu quái, dạy dân cách trồng trọt chăn nuôi và cách ăn ở. Xong việc, thần về thủy cung, khi có việc lại hiện lên.

Bấy giờ ở vùng núi cao phương Bắc, có nàng Âu Cơ vô cùng xinh đẹp, nghe nói ở đất Lạc Việt có nhiều hoa thơm cỏ lạ bèn tìm đến thăm. Âu Cơ và Lạc Long Quân gặp nhau, yêu nhau, rồi trở thành vợ chồng, cùng nhau sống trên cạn. Ít lâu sau, Âu Cơ có mang. Đến khi sinh, có một chuyện lạ là nàng sinh ra một cái bọc trăm trứng, nở ra 100 con trai, người nào cũng hồng hào, đẹp đẽ lạ thường. Đàn con lớn nhanh như thổi, mặt mũi khôi ngô, tuấn tú và rất khỏe mạnh.

Một hôm, Lạc Long Quân, vốn quen sống ở dưới nước, thấy không thể sống mãi trên cạn nên nói với Âu cơ và các con rằng: "Ta không thể sống mãi ở đây, phải về thủy cung. Nay ta đưa 50 con xuống biển, nàng đưa 50 con lên núi, chia nhau cai quản các phương, khi có việc gì thì giúp đỡ lẫn nhau, đừng quên lời hẹn." Âu Cơ và các con nghe theo cùng chia tay lên đường.

Người con trưởng được lên làm vua, lấy hiệu là Hùng Vương, đóng đô ở đất Phong Châu, đặt tên nước là Văn Lang. Khi cha chết thì truyền ngôi cho con trưởng và đều lấy danh hiệu là Hùng Vương không thay đổi.

Cũng bởi sự tích này mà về sau, người Việt Nam ta, con cháu vua Hùng, thường nhắc đến nguồn gốc của mình là con Rồng cháu Tiên.

（2）龙子仙孙

从前，在雒越国（现在我国的北部），有一位神仙叫做雒龙君。这个神仙是龙的身形，常生活在水中，偶尔也到陆地来生活。他长得很勇猛而且会很多法术。他帮助人们斩妖除魔，还教会人们耕种、养殖和生活。教完后，他又返回水宫，有事的时候才上来。

那时候，在北方的高山地区，有一个叫瓯姬的姑娘，长得异常美丽。她听说在雒越国有许多香花异草，就过去玩。瓯姬和雒龙君相遇并相爱，然后成为了夫妻，一起生活在陆地上。不久，瓯姬怀孕了。到生产的时候，发生了一件怪事，瓯姬居然生出了一个有100个蛋囊的大蛋，孵出100个儿子，而且个个都长得异常的雄壮、英俊。他们都长得很快，就像吹风似的转眼就长大了，个个都眉清目秀、高大英俊、雄壮魁梧。

一天，本来习惯于水中生活的雒龙君发现不可能长久生活在陆地上，便对瓯姬和孩子们说："我不能长久生活在这里，我要返回水宫生活。现在我带50个孩子下海，你带50个孩子上山，我们分开各管一方，有什么事情的时候我们再互相帮助，不要忘记了我们的约定。"于是瓯姬与孩子照办，互相分手上路了。

后来，他们的长子被推举为皇帝，号为"雄王"，定都封州，定国名为"文郎"。父王死后就传位给长子并且都称"雄王"，从不改变。

也因为这个传说，后来我们越南人，即雄王的子孙后代，常常提到我们的根源是"龙子仙孙"。

第十六课　介绍祖国

TỪ MỚI 生词

1	đất nước 祖国		28	đau thương 悲伤
2	chuyện trò 聊天，谈话		29	chiến đấu 战斗
3	giống hệt 非常像，与……没什么区别		30	kiên cường 坚强，顽强
4	nhờ 依靠，拜托，借光		31	giành 争取
5	cứ 尽管		32	độc lập 独立
6	chính là 正是		33	tự do 自由
7	vốn 本来；资本		34	hạnh phúc 幸福
8	diện tích 面积		35	vùng nhiệt đới 热带地区
9	triệu 百万		36	rõ rệt 明显，清楚
10	nghìn 千		37	mưa phùn 毛毛雨，淫雨
11	ngay cả 就连		38	ẩm ướt 湿，潮湿
12	chiếm 占		39	tốt tươi 茂盛
13	dân số 人口		40	nóng bức 闷热
14	dân tộc thiểu số 少数民族		41	lắm mưa nhiều bão 风暴多
15	sông 江，河		42	coi 看、视
16	điểm 点		43	ôn hòa 温和
17	chia thành 分成		44	trong xanh 蔚蓝，晴朗
18	bồi đắp 淤积		45	gió nhẹ 微风，轻微风
19	đồng bằng 平原		46	mùa mưa 雨季
20	mầu mỡ 肥沃		47	mùa khô 旱季
21	sản xuất 生产		48	tài nguyên 资源
22	số lượng 数量		49	bờ biển 海岸，海岸线
23	xuất khẩu 出口		50	dọc 沿着
24	biết bao 多么；许许多多		51	tuyệt vời 绝妙
25	khích lệ 鼓励		52	bãi biển 海滩
26	tự hào 自豪		53	danh thắng 名胜
27	khắc nghiệt 恶劣		54	nghỉ mát 避暑

179

55	rừng núi 山林，森林	82 yêu quái 妖怪
56	lãnh thổ 领土	83 trồng trọt 耕种
57	cung cấp 提供	84 chăn nuôi 养殖
58	khoáng sản 矿产	85 thủy cung 水宫
59	dầu khí 石油	86 bấy giờ 那时，那时候
60	mỏ quặng 矿，矿井	87 bèn 便，于是
61	đồng thời 同时	88 ít lâu 不久
62	nằm 位于	89 có mang 怀孕
63	vị trí 位置	90 chuyện lạ 怪事
64	giao thông thuận lợi 交通便利	91 nàng 姑娘
65	nối liền 连接	92 bọc 胚胎，胎囊
66	hang động 洞穴	93 nở ra 孵化，孵出
67	lâm sản 林产品	94 hồng hào 雄壮
68	quý giá 珍贵	95 lạ thường 异常
69	gỗ 木，木材，木头	96 đàn 群
70	thú 野兽	97 mặt mũi khôi ngô 面目清秀，眉清目秀
71	phương ngôn 方言	98 tuấn tú 英俊
72	cản trở 阻拦，阻碍	99 khỏe mạnh 健壮
73	giao tiếp 交际	100 cai quản 管辖
74	ngược lại 相反	101 lời hẹn 诺言，约定
75	hành chính 行政	102 con trưởng 长子
76	đơn vị 单位	103 vua 皇帝，帝王
77	cơ sở 基础	104 lấy hiệu 取号
78	con rồng cháu tiên 龙子仙孙	105 đóng đô 定都
79	ngày xưa 从前，以前	106 truyền ngôi 传位
80	cạn 陆地，旱地	107 danh hiệu 名号
81	diệt trừ 根除，消除	108 nhắc 提到

第十六课　介绍祖国

109 sự tích 传说　　　　　　110 nguồn gốc 来源，根源

III. Ghi chú ngữ pháp　语法注释

1. hết, xong, nốt的区别用法。

(1) hết表示全包括，无剩余，如：

-Trung Quốc có nhiều tỉnh, mỗi tỉnh lại có nhiều thành phố nổi tiếng. Cho nên ngay cả mình cũng không nhớ *hết* được đâu.

中国有很多省份，每个省又有多个有名的城市，所以就连我都没办法记全。

-Mấy chai rượu đó bị tôi uống *hết* rồi. 那几瓶酒被我喝光了。

-Bao nhiêu việc nó làm được *hết*. 不管多少工作他都能做完。

(2) xong是指完成一定的事情、工作、任务，如：

-Em đã làm *xong* bài tập chưa? 你做完作业了没有？

-*Xong* việc rồi, ta đi ăn cơm đi. 工作做完了，咱们去吃饭吧。

(3) nốt 是特指把剩下的部分给做完、完成，如：

-Anh ăn *nốt* mấy miếng còn lại đi. 你吃完剩下的几块吧。

-Còn tý rượu, anh uống *nốt* nhé. 还有一点酒，你喝完去吧。

2. nhau, với nhau, lẫn nhau的区别用法。

nhau, với nhau, lẫn nhau都有"互相"的意思，其区别如下：

(1) 当行为动词的对象是人本身时，常常用nhau, 如：thân yêu nhau相亲相爱, giúp đỡ nhau互相帮助, chăm sóc nhau互相照顾, gặp nhau见面, quen nhau互相认识, cãi nhau 吵架, đánh nhau 打架。

-Trước kia, chúng tôi không quen biết *nhau*. 以前，我们互相不认识。

(2) 当行为动词的对象不是人本身，而有另外的对象时，常常用với nhau或lẫn nhau，如：nói chuyện với nhau互相说话（说的对象是话），đi chơi với/lẫn nhau 一起去玩.

-Chúng tôi giới thiệu *với nhau* kinh nghiệm học tập của mình.

我们互相介绍自己的学习经验。

(3) 可以说học tập nhau，指"互相学习"，也可以说học tập với nhau /lẫn nhau，指的是"一起学习"。

(4) 当谓语动词是单音节时常常用单音节的nhau, 如：giúp nhau, bảo nhau, 互相给对方写信、互相通信则用viết thư cho nhau。

3. Mình, anh, chị 等人称代词的特殊用法。

Mình, anh, chị 除了用来指代人称"我"、"你"以外，还可以有其他的特殊用法如下：

(1) Mình 作主语时，一般是第一人称。还可以作补语或定语，它的人称、性、数将随着它所指代的人而变化，如：

-Tôi chỉ trách *mình* không cẩn thận thôi. 我只是怪自己不小心。

-Chúng ta không nên chỉ nghĩ đến *mình* thôi, mà phải nghĩ đến người khác mới được. 我们不应该只为自己考虑，而应该考虑到其他人。

-Anh ấy biết *mình* học kém nên học tập chịu khó hơn người khác.

他知道自己学得差，所以学习总比别人刻苦。

(2) 在越语中，有些人称代词是从家族称谓引申而来的，如 anh, chị。这类代词不仅可以用于第二人称，还可以用于第一或第三人称，如：

-(Em hỏi chị) *Chị* đi đâu đấy? （第二人称）你去哪儿啊？

-(Chị trả lời) *Chị* đi làm đây. （第一人称）我去上班。

-Hôm kia trời mưa gió rét, anh Quang bị cảm. *Anh* biếng ăn và thấy chân tay rã rời, …Tối đến, anh lên cơn sốt. （第三人称）前天下雨又刮冷风，阿光感冒了。他厌食并且觉得手脚瘫软无力……到了晚上，他发烧了。

(3) anh, chị 有时放在名词前，主要用来说明人的性别和年龄等。这时它们是单位词。如：

-*Chị* y tá đo nhiệt độ cho anh Quang. 护士姐姐给阿光测量体温。

-*Anh* cán bộ trả lời chúng tôi rất tỉ mỉ.

那个干部很详细地回答我们。（指那个干部是年轻的、男性的）

+类似的词还有 ông, bà, chú, cô, bác 等，如：chú công nhân 工人叔叔, bác lái xe 司机大叔

4. 关联词"vừa…vừa…"的用法。

(1) 关联词"vừa…vừa…"有"既……又……"、"又……又……"的意思，如：

-Những nơi này *vừa* là những danh thắng *vừa* là nơi nghỉ mát nổi tiếng.

这些地方既是名胜又是著名的避暑胜地。

-Ăn ở ngoài tốt hơn, vừa ngon *vừa* rẻ. 在外边吃好一些，又好吃又便宜。

(2) 关联词"vừa…vừa…"还有"一边……一边……"的意思，如：

-Ở cơ quan tôi rất bận, có khi tôi phải *vừa* gọi điện *vừa* làm việc.

在单位我很忙，有时候我得一边打电话一边工作。

-Tôi thích *vừa* ăn đồ vặt *vừa* xem TV. 我喜欢一边吃零食一边看电视。

IV. Kiến thức mở rộng 扩充知识

Tên bộ máy tổ chức trung ương, thành phố và quận huyện. 中央、市级及郡县行政机构名称。

一些常见的缩写形式：

UB	Ủy ban	委员会
UBND	Ủy ban nhân dân	人民委员会
HĐND	Hội đồng Nhân dân	人民代表大会
MTTQ	Mặt trận tổ quốc	全国政协
VP	Văn phòng	办公室
BCH	Ban chấp hành	执行委员会
TW	Trung ương	中央
TP	Thành phố	市

A-Trung ương 中央

1. Chủ tịch nước 国家主席

2. Phó chủ tịch nước 国家副主席

3. Chính phủ 政府

4. Thủ tướng chính phủ 政府总理

5. Phó thủ tướng 副总理

6. VP chính phủ 政府办公室

7. Quốc hội 国会

8. Chủ tịch (phó chủ tịch) Quốc hội 国会主席（副主席）

9. Ủy ban thường trực Quốc hội 国会常务委员会

10. Ủy ban MTTQ TW 中央全国政协委员会

11. Bộ – sở 部：

Bộ Công Thương 工商部

Bộ Giáo dục và Đào tạo 教育培训部

Bộ Giao thông Vận tải 交通运输部

Bộ Kế hoạch & Đầu tư 计划投资部

Bộ Khoa học Công nghệ & Môi trường 科学工艺和环境部

Bộ Lao động-Thương binh và Xã hội 社会劳动荣军部

Bộ Nông nghiệp & Phát triển Nông thôn 农业和农村发展部

Bộ Văn hóa, Thể thao & Du lịch 文化体育旅游部

Bộ Ngoại giao 外交部

Bộ Công an 公安部

Bộ Quốc phòng 国防部

Bộ Tài chính 财政部

Bộ Tư pháp 司法部

Bộ Xây dựng 建设部

Bộ Y tế 卫生部

Bộ trưởng 部长

Thứ trưởng 副部长

Viện Kiểm sát ND tối cao 最高人民检察院

Tòa án ND tối cao 最高人民法院

Ủy ban Thanh tra Chính phủ 国家监察委员会

12. **Tổng cục** 总局

Tổng cục Địa chính 地籍总局

Tổng cục Hải quan 海关总局

Tổng cục Thuê 税务总局

13. **BCH TW Đảng cộng sản Việt Nam** 越南共产党中央执行委员会

Bộ chính trị TW Đảng 党中央政治局

Tổng bí thư BCH TW Đảng 党中央执委会总书记

Ủy viên BCH TW Đảng 党中央执委会委员

14. **BCH TW Đoàn Thanh niên Cộng sản Hồ Chính Minh** 胡志明共青团中央执委会

15. **BCH TW Hội Liên hợp Phụ nữ Việt Nam** 越南妇女联合会中央执委会

B- TP. Hồ Chí Minh 胡志明市

1. Thành ủy TP.Hồ Chí Minh 胡志明市市委

    Thường vụ thành ủy 市委常委

    Ủy viên BCH thành ủy 市委执委会委员

2. HĐND TP 市人民代表大会

3. UBND TP 市人民委员会

4. UBND MTTQ TP 市政协委员会

5. Chủ tịch UBND TP 市人委会主席

6. Bí thư Thành ủy 市委书记

7. Chủ tịch HĐND TP 市人大主席

8. Sở Ngoại vụ 外务厅

9. Sở Kế hoạch và Đầu tư 计划与投资厅

10. Sở Tài Chính 财政厅

11. Sở Tư Pháp 司法厅

12. Sở Giáo dục và Đào tạo（sở GD&ĐT）教育与培训厅

第十六课 介绍祖国

13. Sở Nông nghiệp và Phát triển Nông thôn（sở NN&PTNT）农业与农村发展厅
14. Sở Lao động-Thương binh và Xã hội 社会劳动荣军厅
15. Sở Giao thông Vận tải 交通运输厅
16. Sở Văn hóa, Thể thao & Du lịch 文化体育旅游厅
17. Sở Địa chính-Nhà đất 地籍房产厅
18. Sở Xây Dựng 建设厅
19. Sở Khoa học và Công nghệ (Sở KH&CN) 科学工艺厅
20. Sở Công Thương Mại 工商厅
21. Sở Công Nghiệp 工业厅
22. Sở Thương Mại 商贸厅
23. Sở Y Tế 卫生厅
24. Sở Thể dục-Thể thao (Sở TDTT) 体育厅
25. Sở Công an 公安厅
26. Giám đốc sơ 厅长

    Giám đốc sở Tài Chính 财政厅厅长

    Phó giám đốc sở GD&ĐT 教育厅副厅长
27. Văn phòng 办公室
28. chủ nhiệm 主任

    Chánh VP UBND TP 市人委办公室主任

    Phó VP UBND TP 市人委办公室副主任

    VP tiếp dân HĐND TP 市人大信访处

    Chánh Thanh tra Nhà nước TP.Hồ Chí Minh 胡志明市国家监察长
29. Tòa án ND TP 市人民法院
30. Viện Kiểm sát ND TP 市人民检察院
31. Cục Thuế TP 市税务局
32. Cục Hải quan TP 市海关局
33. Chi Cục quản lý thị trường TP 城市市场管理分支局
34. UB chỉ đạo 指导委员会

    UB bảo vệ môi trường TP 市环保委员会

    UB Quốc gia phòng, chống HIV/AIDS và phòng, chống tệ nạn ma túy, mại dâm 国家防抗禽流感、艾滋病暨防抗毒品、卖淫指导委员会
35. Công ty Cấp nước TP 市供水公司

    Tổng công ty Điện lực TP 市电力公司

    Công ty Cổ phần Dịch vụ Bưu chính Viễn thông TP 市邮政通信服务股份公司
36. Ban 处

Ban Tư tưởng-Văn hóa thành ủy TP 市委思想文化处

Ban Bảo vệ bà mẹ trẻ em TP 市妇幼保健委员会

Ban Chỉ đạo Cải cách Hành chính của UBND TP 市人委行政改革指导委员会

37. Phòng 科

Phòng Lãnh sự sở Ngoại Vu 外务厅领事科

Phòng Kế hoạch-Tài chính Sở Địa chính-Nhà đất 地籍房产厅计划财政科

Phòng Kinh tế, Kế hoạch & Vật liệu Sở xây dựng 建设厅物资管理科

38. Trưởng phòng 科长

Phó trưởng phòng 副科长

39. Ban ngành 部门

40. Đoàn thể , hội 团体, 联合会

Đoàn Thanh niên Cộng sản HCM 胡志明市共青团

Hội Liên hiệp Phụ nữ TP 市妇女联合会

C-Quận, huyện 郡、县

1. Quận ủy quận…	XX郡委
Huyện ủy huyện …	XX县委
2. UBND quận (huyện)…	XX郡（县）人民委员会
3. HĐND quận (huyện)…	XX郡（县）人民代表大会
4. UB MTTQ quận (huyện)…	XX郡（县）政协委员会
5. VP UBND quận (huyện)…	XX郡（县）人委会办公室

D-phường, xã 坊、乡

1. UBND phường (xã)…	XX坊（社）人民委员会
2. HĐND phường (xã)…	XX坊（社）人民代表大会
3. UB MTTQ phường (xã)…	XX坊（社）政治协商会议
4. Đồn Công an phường (xã)…	XX坊（社）公安派出所
5. Tổ dân phố…	XX街道办

V. Bài tập 练习

1. 请参照本课内容，围绕"中国和越南的基本概况、某城市的基本概况"等主题，进行对话练习。

2. 请根据实际情况回答以下问题，同时进行口头对话练习。

　　(1) Trung Quốc có mấy thành phố trực thuộc trung ương? Đó là những thành phố gì?

_____

_____

第十六课　介绍祖国

(2) Việt Nam có mấy thành phố trực thuộc trung ương? Đó là những thành phố gì?

(3) Trung Quốc có bao nhiêu dân tộc? Trong đó, đông dân nhất là dân tộc gì?

(4) Việt Nam có bao nhiêu dân tộc? Trong đó, dân số đông nhất là dân tộc gì?

(5) Dân số Trung Quốc là bao nhiêu? Trung Quốc có phải là nhà nước đông dân nhất trên thế giới không?

(6) Diện tích Trung Quốc là bao nhiêu? Trung Quốc có phải là nhà nước lớn nhất trên thế giới không?

(7) Dân số của Việt Nam là bao nhiêu? Còn diện tích thì sao?

(8) Việt Nam có hai con sông lớn nổi tiếng là những con sông gì? Hai con sông này đã bồi tấp nên những đồng bằng mầu mỡ như thế nào?

(9) Trung Quốc có những con sông nổi tiếng gì? Mời em hãy kể ra khoảng 10 con sông.

(10) Trung Quốc rộng thế này, em thích nhất thành phố nào? Tại sao?

3. 请参照语法注释部分，将下列句子翻译成越南语，注意画线部分的越语表达法。
   (1) 中国文化博大精深（sâu rộng rực rỡ），就连我们中国人自己也无法全部了解。

(2) 只剩下不到半杯酒了，你把它喝完吧。

(3) 今天的作业你做完了吗？做完了的话就可以看电视。

(4) 我们是在去年的迎新晚会上认识的，后来我们就经常互相帮助，互相学习，成为了亲密朋友。

(5) 你把这几种中药混（trộn）在一起，然后煮水（đun nước）喝就行了。

(6) 昨天我奶奶迷路（lạc đường）了，那个警察叔叔热心地帮助并送我奶奶回到了家。

(7) 昨天下午快递小哥（nhân viên chuyển phát nhanh）给我送来包裹，但我不在家，所以就拜托门卫大伯帮我签收包裹（ký nhận bưu kiện）了。

(8) 在休息日里，我喜欢一边听音乐一边看书，感觉轻松又愉快。

4. 请同学们就课文内容进行相互提问和对答练习。

5. 请根据实际情况写一篇短文，向你的外国朋友介绍你的祖国、首都或你所在的城市。

主要参考书目

1. 傅成劼，利国.《越南语教程》（1-2册）[M]. 北京：北京大学出版社，2005年.
2. 黄敏中，傅成劼.《实用越南语语法》[M]. 北京：北京大学出版社，2005年.
3. 莫子祺编著.《实用越南语口语教程》[M]. 北京：北京大学出版社，2014年5月.
4. 谭志词，徐方宇，林丽编著.《基础越南语（3）》[M]. 广州：世界图书出版公司，2013年.
5. 梁远，蔡杰主编.《新编越南语口语教程》（上下册）[M]. 南宁：广西教育出版社，2008年.
6. 范金宁主编.《大学越南语口语教程》[M]. 重庆：重庆大学出版社，2010年.

本书音频可通过扫描上方二维码获得